C. ஜோசப் விஜய் எனும் நான்

தமிழக அரசியல் வரலாற்றின் ஒரு புதிய சகாப்தம்

பிரவீன் சுப்பிரமணியன்

Made with ♥ on the Notion Press Platform
www.notionpress.com

திரையில் தொடங்கிய ஒரு நம்பிக்கையை,
அரசியல் மாற்றத்தின் கனவாக மாற்றிய
அனைத்து ரசிகர்களுக்கும்,
தொண்டர்களுக்கும்,

மாற்றத்தின் மீதான நம்பிக்கையோடு
தமிழக வெற்றிக் கழகத்திற்கு ஆதரவு அளித்த
ஒவ்வொரு மனிதருக்கும்...

அன்பும் மரியாதையும் உடன்.

குறிப்பு

இந்த நூலின் விற்பனை மூலம் கிடைக்கும் லாபத் தொகை முழுவதும், தமிழ்நாடு முதலமைச்சர் பொது நிவாரண நிதிக்கு வழங்கப்படும் என்பதை நெகிழ்ச்சியுடன் தெரிவித்துக் கொள்கிறேன்.

பொறுப்புத் துறப்பு

இந்த நூல், ஒரு ரசிகனின் பார்வையில் எழுதப்பட்ட தனிப்பட்ட பதிவு ஆகும். இதில் இடம்பெறும் தகவல்கள் பொதுவாகக் கிடைக்கும் தகவல்கள், ஆசிரியரின் கருத்துகள், நினைவுகள் மற்றும் அனுபவங்களின் அடிப்படையிலானவை.

இது அதிகாரப்பூர்வ வாழ்க்கை வரலாறு அல்ல. மேலும், இந்த நூல் எந்த அரசியல் கட்சி, அரசு அமைப்பு அல்லது சம்பந்தப்பட்ட நபராலும் அங்கீகரிக்கப்பட்ட, ஆதரிக்கப்பட்ட அல்லது வெளியிடப்பட்ட அதிகாரப்பூர்வ நூல் அல்ல.

"C. ஜோசப் விஜய் எனும் நான்" என்ற தலைப்பு, தமிழ்நாட்டின் பதவிப் பிரமாண நிகழ்வுகளில் பயன்படுத்தப்படும் வழக்கமான உறுதிமொழி வடிவத்தைக் குறிக்கும் கலாச்சார குறிப்பாக மட்டுமே பயன்படுத்தப்பட்டுள்ளது. இது சம்பந்தப்பட்ட நபரால் எழுதப்பட்ட சுயசரிதை அல்லது அதிகாரப்பூர்வ வெளியீட்டை குறிக்கவில்லை.

இந்த நூலில் இடம்பெறும் கருத்துகளும் பார்வைகளும், ஒரு ரசிகனின் பார்வையில் ஆசிரியரால் பதிவு செய்யப்பட்டவை. யாருடைய நற்பெயருக்கும் சேதம் விளைவிக்கும் நோக்கில் எந்த தகவலும் இடம்பெறவில்லை.

இந்த நூலின் அட்டைப்படம், செயற்கை நுண்ணறிவு தொழில்நுட்பத்தின் உதவியுடன் உருவாக்கப்பட்ட கலைவடிவ பிரதிநிதித்துவமாகும்.

பொருளடக்கம்

முகவுரை

தமிழகம், நீண்டகாலமாகத் திரையும் தேர்தலும் சந்திக்கும் புள்ளியில் எழுதப்பட்டு வந்த தனித்துவமான வரலாற்றைக் கொண்டது. இந்த மண்ணுக்குத் திரை நட்சத்திரங்களைக் கொண்டாடுவது புதிதல்ல. பல காலமாக, திரைத்துறையில் உருவான புகழ், அரசியலிலும் பெரிய மாற்றங்களை உருவாக்கியிருக்கிறது. கிட்டத்தட்ட அறுபது ஆண்டுகளாக, தமிழ்நாடு இரண்டு பெரிய அரசியல் சக்திகளுக்கு இடையே வாழ்ந்து வந்துள்ளது. பல தலைமுறைகள் இரண்டு கொடிகளையும், இரண்டு சிந்தனைகளையும், இரண்டு அரசியல் கோட்டைகளையும் மட்டுமே பார்த்தபடி வளர்ந்து வந்தனர். 'மாற்று அரசியல்' என்ற எண்ணமே பலருக்கு சாத்தியமற்றதாகத் தோன்றியது. ஆனால் வரலாறு முதலில் அமைதியாக உருவாகும்; பிறகு ஒருநாள் முழங்கும்.

இந்தப் புத்தகம் ஒரு வழக்கமான வரலாற்றுப் புத்தகமோ, அரசியல் விமர்சனமோ அல்ல. இது, ஒரு ரசிகனின் பார்வையிலிருந்து எழுதப்பட்ட ஒரு தலைமுறையின் உணர்வுப் பதிவு. ஒரு பெரிய மக்கள் எழுச்சி எப்படி உருவானது என்பதை, அதன் அடித்தளத்திலிருந்து பதிவுசெய்யும் முயற்சி. 1992-ஆம் ஆண்டில், எந்த பெரிய வரவேற்பும் இல்லாமல் திரையுலகிற்குள் வந்த ஒரு இளைஞர் - அவரது தோற்றத்திற்காகக் கேலி செய்யப்பட்டு, சினிமா வாரிசு அரசியலின் உருவாக்கம் என்று நிராகரிக்கப்பட்ட சூழலில் - எப்படிப் படிப்படியாக கோடிக்கணக்கான மக்களின் இதயங்களில் இடம்பிடித்தார் என்பதன் சாட்சியமே இந்த நூல்.

இந்தப் புத்தகம் தெருக்களிலிருந்து எழுதப்பட்டுள்ளது. திரையரங்குகளின் வெளியே நீண்ட நேரம் காத்திருந்த ரசிகர்களின் வரிசைகளிலிருந்து எழுதப்பட்டுள்ளது. அந்த வரிசைகள், காலப்போக்கில் வாக்குச்சாவடிகளின் முன் நின்ற வரிசைகளாக எப்படி மாறின என்பதையும் இந்தப் புத்தகம் பதிவு செய்கிறது. இது ஒரு தலைமுறையின் மாற்றத்தின் கதை. ஒரு 'ரசிகன்', 'தொண்டனாக' மாறிய அந்த அழகான பரிணாமமும், அதன் பின்னணியில் இருந்த வேதனையும், போராட்டமும், ஒரு சினிமா

நட்சத்திரம் எப்படி பொதுமக்களின் தலைவராக உயர்ந்தார் என்பதையும் சொல்லும் பயணம் இது.

2026-ஆம் ஆண்டின் தமிழக அரசியல் அதிர்வைப் புரிந்துகொள்ள, தேர்தல் அறிக்கைகள் மட்டும் போதாது; அதற்குப் பின்னால் இருந்த மனநிலையையும் புரிந்துகொள்ள வேண்டும். அதனால்தான் இந்தப் புத்தகம் சில முக்கியமான தருணங்களுக்குள் உங்களை அழைத்துச் செல்கிறது. கடினமான விமர்சனங்களையும் சோதனைகளையும் கடந்து, இறுதியில் "மாற்றம்" என்ற கனவு எப்படி அரசியல் நிஜமாக மாறியது என்ற வரலாற்றுச் சாதனையை இந்த நூல் பதிவு செய்கிறது.

தமிழக அரசியலில் எழுதப்பட்ட ஒரு புதிய சகாப்தத்தை நோக்கி இந்தப் பயணத்தைத் தொடங்குவோம்.

1

தேர்தல் எண்ணிக்கை நாள்

பல மாதங்களாக தமிழகம் ஒரு அரசியல் புயலின் நடுவில் வாழ்ந்துகொண்டிருந்தது.

ஒவ்வொரு தெருமுனையும் அரசியல் பேசும் இடமாக மாறியிருந்தது. ஒவ்வொரு டீக்கடையும், நிறுவனங்களும், பள்ளி-கல்லூரிகளும், குடும்பங்களின் உணவு மேசைகளும் விவாத மேடைகளாக இயங்கி ஒலித்துக்கொண்டிருந்தன.

முடிவில்லாத தேர்தல் உரையாடல்களுக்கு மத்தியில்தான் நட்புகள் பிழைத்திருந்தன.

வாட்ஸ்அப் குழுக்களும் சமூக வலைதளக் கருத்துப் பகுதிகளும் ஒருபோதும் உறங்கவில்லை.

நெடுஞ்சாலைகளையே அதிரவைத்த பொதுக்கூட்டங்கள், மறைய மறுத்த கேள்விகள் என அனைத்து திசைகளிலும் கருத்துகளும் விமர்சனங்களும் பரவியிருந்தன.

திரையில் கடவுளைப்போலக் கொண்டாடப்பட்ட ஒருவரால் அரசியலில் உயிர் பிழைக்க முடியுமா?

திரையரங்குகளின் கைத்தட்டல்களும் கூடும் கூட்டமும் வாக்குப் பெட்டிகளில் வாக்குகளாக மாறுமா?

ரசிகர் பேரலை உண்மையான அரசியல் சக்தியாக உருவெடுக்குமா?

அல்லது தமிழ்நாட்டின் இரக்கமற்ற அரசியல் யதார்த்தம் விழுங்கிய இன்னொரு கனவாக இது முடிந்துவிடுமா?

எனப் பல மாதங்களாக அந்தப் பெருங்கேள்விகள் மழைக்கு முன் காத்திருக்கும் வெப்பம் போல மாநிலம் முழுவதையும் சூழ்ந்திருந்தன.

இறுதியாக, அந்த நாள் வந்தது.

மே 4, 2026. திங்கட்கிழமை.

அனைவரும் ஆவலுடன் காத்திருந்த தேர்தல் முடிவுகள் வெளியாகும் நாள்.

அந்தக் காலை சாதாரணமாகத் தோன்றவில்லை.

சூரியன் உதிப்பதற்கு முன்பே வீடுகள் விழித்திருந்தன.

உலகம் முழுவதும் வாழும் தமிழர்களின் அடுக்குமாடி குடியிருப்புகளின் ஜன்னல்களில் தொலைக்காட்சி ஒளி மினுங்கிக்கொண்டிருந்தது.

டீக்கடைகள் வழக்கத்தைவிட சீக்கிரமாகவே திறந்துவிட்டன.

நேற்று நடந்ததைப் பற்றி இனி யாருக்கும் கவலை இல்லாததால் நாளிதழ்கள் தொடப்படாமலே கிடந்தன. மக்கள் கைப்பேசிகளில் நேரடி தேர்தல் நிலவரங்களை தொடர்ந்து பார்த்துக்கொண்டே இருந்தனர். அரசியலைப் பெரிதாக கவனித்ததேயில்லாத அம்மாக்கள் கூட, "எண்ணிக்கை தொடங்கிவிட்டதா?" என்ற அதே கேள்வியுடன் அடிக்கடி தொலைக்காட்சியை வந்து எட்டிப்பார்த்தனர்.

சிலருக்கு, அவர் அரசியல் என்ற உலகிற்குள் நுழைய முயலும் வெறும் ஒரு நடிகர்; மற்றவர்களுக்கோ, அவர் மாற்றத்திற்கான கடைசி வாய்ப்பு.

காலை சரியாக எட்டு மணிக்கு வாக்கு எண்ணிக்கை அதிகாரப்பூர்வமாகத் தொடங்கியது.

முதலில் தபால் வாக்குகள்.

வாக்கு எண்ணிக்கை மையங்களிலிருந்து முதல் காட்சிகள் வெளியாகத் தொடங்கின நீண்ட மேசைகள், முத்திரையிடப்பட்ட மின்னணு வாக்கு இயந்திரங்கள், பதற்றத்துடன் முன் குனிந்து அமர்ந்திருந்த முகவர்கள், சிலைபோல் அசைவின்றி நின்ற பாதுகாப்பு அதிகாரிகள்.

தொலைக்காட்சித் தொகுப்பாளர்கள் வேகமாக பேசத் தொடங்கினர். ஒவ்வொரு வீட்டிலும் இருந்த அதே பதற்றம் அவர்களுடைய குரலிலும் ஒலித்தது.

பிறகு முதல் முன்னிலை நிலவரங்கள் திரையில் தோன்றின:

திமுக கூட்டணி - 12
அதிமுக கூட்டணி - 6
தவெக - 0

தவெக ஆதரவாளர்களான எங்கள் இதயங்களில் கனமான அமைதி பரவியது.

“இப்போதான் எண்ணிக்கை ஆரம்பிச்சிருக்கு... இனிமேல்தான் ஏறும்...” என்று ஒரு பிரார்த்தனை போல மெதுவாக எங்களுக்குள் சொல்லிக்கொண்டோம்.

காலை 8:30 மணிக்குள், எண்கள் மிக வேகமாக மாறத் தொடங்கின.

திமுக கூட்டணியின் எண்ணிக்கை - 30... 31... என்று மின்னல் வேகத்தில் உயர்ந்துகொண்டே சென்றது.

அதிமுக கூட்டணியும் - 18... 19... என்று பின்தங்காமல் முன்னேறிக்கொண்டிருந்தது.

ஆனால் தவெக-வின் எண்ணிக்கை தடுமாறிக் கொண்டிருந்தது.

பூஜ்யத்திலிருந்து முதல் முன்னிலை வந்தது; அந்த எண்ணிக்கை மெதுவாக, தயக்கத்துடன் நகரத் தொடங்கியது.

பல மாதங்களாகப் பொதுக்கூட்டங்களிலும் சமூக வலைதளங்களிலும் தமிழகம் முழுவதும் பேசப்பட்ட அந்த "அலை", வாக்கு எண்ணிக்கையில் எங்கும் பிரதிபலிக்கவில்லை என்பதை தொகுப்பாளர்கள் இடைவிடாமல் பகுப்பாய்வு செய்துகொண்டே இருந்தனர். அதைப் பார்த்த ஒவ்வொரு தவெக ஆதரவாளரின் நெஞ்சிலும் பயம் தோன்றியது.
அது வெறும் தோல்வியைப் பற்றிய அச்சமல்ல; கேலிக்குரியவர்களாகிவிடுமோ என்ற பதட்டம்.

பல ஆண்டுகளாக ஒரு மாற்றத்திற்காக வைத்திருந்த நம்பிக்கை, காலை முடியும்முன்பே நகைச்சுவையாக மாறிவிடுமோ என்ற அச்சம்.

விமர்சனங்கள் ஏற்கனவே தயாராகிக் கொண்டிருப்பதையும், கேலிச் சித்திரங்கள் (மீம்கள்) உருவாகிக் கொண்டிருப்பதையும் எங்களால் உணர முடிந்தது.

ஆனாலும் நாங்கள் யாரும் திரையை விட்டு விலகாமல், நம்பிக்கையோடு பார்த்துக்கொண்டே இருந்தோம்.

ஏனெனில், எங்களுக்கு அவர் வெறும் திரைப்பட நட்சத்திரம் அல்ல; எங்களின் கடைசி நம்பிக்கை.

2

வெள்ளித்திரையின் ஆதிக்கம்

தமிழகத்தில் சினிமா வெறும் பொழுதுபோக்காக ஒருபோதும் இருந்ததில்லை. அது திரையரங்குகளின் சுவர்களைத் தாண்டி வாழ்ந்துவருகிறது. மக்களின் இல்லங்களிலும், அரசியலிலும், அன்றாட உரையாடல்களிலும், திருவிழாக்களிலும், திருமணங்களிலும் அது கலந்து நிற்கிறது.

மெதுவாக அது இந்த மாநிலத்தின் உணர்வுகளோடும், இறுதியில் அதன் வரலாறோடும் பிணைந்துவிட்டது.

இங்கு தலைமுறைகள் ஆண்டுகளால் நினைவுகூரப்படுவதில்லை; மாறாக, அந்தந்தக் காலகட்டத்தின் முன்னணி நட்சத்திரங்களால் நினைவில் வைக்கப்படுகின்றன.

தமிழ்நாட்டு மக்களுக்கு சினிமா நட்சத்திரங்கள் தொலைவில் இருக்கும் பிரபலங்கள் அல்ல. அவர்கள் மக்களின் உணர்வுகளின் பிரதிபலிப்புகள்.

'புரட்சித்தலைவர்' எம்.ஜி.ஆர் மற்றும் 'நடிகர் திலகம்' சிவாஜி கணேசன் அவர்களில் தொடங்கி, 'சூப்பர் ஸ்டார்' ரஜினிகாந்த் மற்றும் 'உலகநாயகன்' கமல்ஹாசன் அவர்கள் வரை, ஒவ்வொரு நடிகரும் தங்களைக் கொண்டாடிய மக்களின் ஒரு குறிப்பிட்ட

காலத்தை வரையறுத்தவர்களாக மாறினர்.

பட வெளியீட்டு நாட்கள், மக்கள் மத்தியில் திருவிழாக்களைப் போல கொண்டாடப்பட்டன; ஒரே இரவில் நகரங்களின் மேல் நவீன நினைவுச் சின்னங்களைப் போல மாபெரும் கட்-அவுட்டுகள் உயர்ந்து நின்றன; விடியற்காலைக்கு முன்பே அவற்றுக்குப் பால் அபிஷேகங்கள் நடைபெற்றன.

திரைப்பட வசனங்கள் திரைக்கதையோடு நின்றுவிடவில்லை; அவை மக்களின் அன்றாட மொழியின் ஒரு பகுதியாகவே மாறின.

பாடல்கள் திரையரங்குகளைத் தாண்டி டீக்கடைகள், பேருந்துகள், பள்ளி-கல்லூரி விழாக்கள் எனப் பயணித்து, இறுதியில் அரசியல் மேடைகளையும் சென்றடைந்தன. அப்படியே காலம் செல்லச் செல்ல, அது அரசியலின் அதிகார வடிவத்தையும் மெதுவாக மாற்றத் தொடங்கியது.

ரசிகர்கள் தங்கள் நாயகர்களைப் பார்த்து ரசித்ததோடு மட்டுமல்லாமல், அவர்களை பாதுகாத்தார்கள், கொண்டாடினார்கள், தங்களுடைய வாழ்க்கையின் ஒரு பகுதியாகவே மாற்றிக்கொண்டார்கள்.

ஒவ்வொரு தலைமுறையும் இறுதியில் தனது காலத்தை அடையாளப்படுத்தும் ஒரு முகத்தைக் கண்டறிந்தது; இப்போது, அந்த புதிய முகத்திற்கான காலம் வந்துவிட்டது.

3

ஒரு கனவின் தொடக்கம்

அப்போதைய மெட்ராஸ் இன்னும் அமைதியாகவும் பரந்ததாகவும் இருந்தது.

இராமநாதபுரம் மாவட்டம், தங்கச்சிமடம் என்னும் கிராமத்திலிருந்து பல கனவுகளோடு மெட்ராஸ் நோக்கி வந்த இளைஞர், திரு. எஸ்.ஏ. சந்திரசேகர் அவர்கள்.

அவர் சினிமாவை ஒரு தொழிலாக மட்டுமல்லாமல், தன் வாழ்க்கையாகவே பார்த்த மனிதர்.

அக்காலத்தில் அவர் புகழ்பெற்ற இயக்குநர் அல்ல; மெட்ராஸ் திரைப்பட உலகில் போராடிக்கொண்டிருந்த ஒரு உதவி இயக்குநர்.

நீண்டதும் நிச்சயமற்றதுமான வேலை நேரங்கள், ஏற்றுக்கொள்ளப்படாமல் திரும்பிய கதைகள், எளிதில் திருப்தியடையாத தயாரிப்பாளர்கள் என அவருடைய வாழ்க்கை இவற்றின் நடுவேதான் சிக்கிக்கிடந்தது.

அவரது மனைவி திருமதி. ஷோபா சந்திரசேகர் அவர்கள் அந்த வீட்டின் அமைதியான ஆன்மா. பின்னணி பாடகியாக இருந்த அவர், ஒரு திரைப்படக் குடும்பத்தின் படைப்பாற்றல் கலந்த குழப்பத்தையும், பொறுப்புகளையும் சமநிலைப்படுத்திக் கொண்டிருந்தார்.

ஜூன் 22, 1974 அன்று, அவர்களுக்கு ஒரு ஆண் குழந்தை பிறந்தது.

அவர்தான் **ஜோசப் விஜய்.**

அவர் ஒரு மகன் மட்டுமல்ல - தனது தந்தையின் நிறைவேறாத சினிமா கனவுகளின் பாரத்தை சுமக்கப்போகும் வாரிசு.

அந்த வீட்டில் சினிமா என்பது ஒரு விசேஷம் அல்ல - அன்றாட வாழ்க்கையின் ஒரு பகுதி. ஷூட்டிங் அட்டவணைகளும் கேமரா யூனிட்டின் ஓசைகளும் விஜய் அவர்களின் குழந்தைப் பருவத்தில் இயல்பான ஒன்றாகவே இருந்தன.

அவர்களின் வாழ்க்கை மிகவும் எளிமையான ஒரு நடுத்தரக் குடும்ப வாழ்க்கை. கைகளில் பணம் குறைவாக இருந்தது; ஒவ்வொரு செலவும் யோசித்துச் செய்ய வேண்டியிருந்தது.

சினிமா என்பது யாருக்கும் எளிதாகக் கிடைக்கும் பரிசு அல்ல; அதில் ஒவ்வொரு வாய்ப்பையும் போராடிப் பெற்றே ஆக வேண்டும் என்பதை விஜய் அவர்கள் மிகவும் இளம் வயதிலேயே புரிந்துகொண்டார்.

1984-ஆம் ஆண்டு, அவரது தங்கை வித்யா உயிரிழந்தார். அக்காலத்தில் அவரை அறிந்தவர்கள் சொல்லுவது ஒன்றுதான் - அந்த நிகழ்வுக்குப் பிறகு அவர் மிகவும் அமைதியானவராக மாறிவிட்டார்.

இழப்பின் கனமும், தனது மகனின் மீது தந்தை வைத்திருந்த நம்பிக்கையும், அவரை மிக இளம் வயதிலேயே முதிர்ச்சியடையச் செய்தது.

4

ஒரு நாயகனின் அறிமுகம்

சினிமாவை அவர் தேர்ந்தெடுக்கவில்லை. அவர் அதைப் புரிந்துகொள்வதற்கும் முன்பே சினிமா அவரைத் தனது உலகிற்குள் இழுத்துக்கொண்டது.

1984-ஆம் ஆண்டு வெளியான 'வெற்றி' என்ற திரைப்படத்தில், பத்து வயது சிறுவனாக விஜய் அவர்கள் முதன்முறையாக கேமரா முன் நின்றார்.

எந்தப் பிரம்மாண்ட அறிமுகமும் இல்லாமல், ஒரு காட்சியில் இருந்த சிறிய வெற்றிடத்தை நிரப்ப, தந்தை தன் மகனைக் கேமரா முன் நிறுத்திய எளிய தருணம் மட்டுமே அது.

காலம் நகர்ந்தது. படப்பிடிப்புத் தளங்களின் ஓரத்தில் அமைதியாக நின்று பார்த்துக்கொண்டிருந்த அந்தச் சிறுவனுள் மெதுவாக ஏதோ மாறத் தொடங்கியது.

சந்தேகங்களுக்கும் தயக்கங்களுக்கும் இடையில் குடும்பத்தின் எதிர்பார்ப்பும், உள்ளுக்குள் இருந்த அமைதியான உறுதியும் மெதுவாக அவரை முன்னோக்கித் தள்ளின.

அதன்பிறகு தொடங்கியது - அவரது வாழ்க்கையை முழுமையாக மாற்றப்போகும் ஓர் அறிமுகத்திற்கான தயாரிப்பு.

1992-ஆம் ஆண்டு, வெறும் பதினெட்டு வயதில், 'நாளைய தீர்ப்பு' என்ற திரைப்படத்தின் மூலம் கதாநாயகனாக அவர் வெள்ளித்திரையில் அறிமுகமானார்.

ஆனால், அந்தத் தருணத்தில் "நாளை" என்ற ஒன்று அவருக்கு உறுதியாக இருக்கவில்லை.

உறுதியாக இருந்தது ஒன்றே ஒன்றுதான் - அவரது மனவலிமையும், தன் மீதான நம்பிக்கையும் மட்டுமே.

5

திரை எழுதிய முதல் தீர்ப்பு

அவரின் முதல் திரைப்படமான ‘நாளைய தீர்ப்பு’ வெளியானது.

திரையரங்குகளில் விளக்குகள் அணைந்தன.

திரை திறந்தது; படம் ஓடத் தொடங்கியது.

ஆனால், அதற்காகக் காத்திருந்த உற்சாக அலைகளும் கரகோஷங்களும் எங்கும் எழவில்லை.

அது ஒரு புதிய நாயகனின் வருகையாகக் கொண்டாடப்படவே இல்லை.

அப்போது அவருக்கு வயது பதினெட்டு; மெலிந்த தோற்றம், தன் தந்தையின் கனவுகளின் பாரத்தைச் சுமந்த முகம்.

படம் வெளியான சில நாட்களிலேயே கடுமையான விமர்சனங்கள் வரத் தொடங்கின.

அவரது தோற்றம் கேள்விக்குள்ளாக்கப்பட்டது; திரையின் முன்னால் நிற்கும் அவரது திறன் சந்தேகிக்கப்பட்டது.

அது வெறும் நடிகருக்கான விமர்சனம் மட்டுமல்ல - ஒரு தொடக்கத்தின் மீது இந்தச் சமூகம் விதித்த முதல் தீர்ப்பு!

அவரது பயணம் தொடங்குவதற்கு முன்பே, அதன் முடிவை எழுதிவிடத் துடித்தது போலத்தான் அது தோன்றியது.

6

கேப்டனின் ஆதரவு

சினிமாவிலும் வாழ்க்கையிலும் ஓர் உண்மை உள்ளது - ஆரம்பத்தில் சொல்லப்படும் தீர்ப்புகள் எல்லாம் இறுதித் தீர்ப்புகளாகிவிடுவதில்லை.

விஜய் அவர்களின் வாழ்க்கையிலும் மாற்றம் வந்தது. அது பெரும் சத்தத்தோடு வரவில்லை; ஒரு மனிதரின் பேராதரவோடு வந்தது.

அந்த மனிதர்-தமிழ் சினிமாவின் "கேப்டன்" விஜயகாந்த் அவர்கள்.

1993-இல் வெளியான 'செந்தூரபாண்டி' திரைப்படம் விஜய் அவர்களின் திரைப்பயணத்தில் நிகழ்ந்த மிகச்சிறந்த கூட்டணிகளில் ஒன்றாகவும், மிக முக்கியமான திருப்பமாகவும் அமைந்தது.

தனது மகனுக்கு இப்போது தேவைப்படுவது வெறும் திரைக்கதை மட்டுமல்ல; ஒரு அங்கீகாரம் என்பதை எஸ்.ஏ.சந்திரசேகர் அவர்கள் அறிந்திருந்தார்.

அதற்காக, அப்பொழுது மக்களின் இதயங்களை ஆட்சி செய்துகொண்டிருந்த முன்னணி நடிகர் திரு. விஜயகாந்த் அவர்களை அவர் அணுகினார்.

அந்த வரலாற்று நிகழ்வை திரையுலகினர் பலர் இன்றும் நெகிழ்ச்சியோடு நினைவு கூருகின்றனர்; 'செந்தூரபாண்டி' திரைப்படத்தில் நடிக்க ஒப்புக்கொண்டதோடு, அதற்காக விஜயகாந்த் அவர்கள் எந்தவொரு ஊதியமும் பெற்றுக்கொள்ளாமல் நடித்துக் கொடுத்தார்.

அவர் ஒரு மூத்த நடிகராக மட்டும் நடந்துகொள்ளவில்லை; திரையுலகில் போராடிக்கொண்டிருந்த அந்த இளைஞரைத் தனது சொந்தத் தம்பியைப்போலத் தழுவிக்கொண்டார்.

அந்த நாட்களின் சுவரொட்டிகள் இன்னும் மக்கள் மனதில் பதிந்திருக்கின்றன.

ஒருபுறம் கம்பீரமும் நம்பிக்கையும் ஊட்டும் கேப்டனின் முகம்; அவருக்கு அருகில் இன்னும் தன்னை நிரூபிக்க முயன்றுகொண்டிருந்த இளம் விஜய் அவர்களின் முகம்.

முன்பு வெறிச்சோடி இருந்த திரையரங்குகள் மெதுவாக நிரம்பத் தொடங்கின.

அது வெறும் ஒரு வெற்றிப் படம் மட்டுமல்ல; தமிழ்நாட்டு ரசிகர்களின் மனதிற்குள் விஜய் அவர்கள் நுழைந்த முதல் உண்மையான நுழைவுவாயிலாக அது மாறியது.

7

வாழ்க்கையின் நிழல்கள்

சுவரொட்டிகளில் அவரது பெயர் மெதுவாக பெரிதாகிக் கொண்டிருந்தாலும், அவரது மனம் இன்னும் லயோலா கல்லூரியின் நடைபாதைகளிலேயே தங்கியிருந்தது.

எப்போதும் பிரியாமல் உடனிருக்கும் ஒரு சில நண்பர்களுடன் பகிரப்பட்ட அந்த நாட்கள்தான், ஒரு சாதாரண மனிதனாக அவர் வாழ்ந்த வாழ்க்கையின் கடைசித் துளிகள்.

அங்கேயே சில ஆழமான நட்புகளும் உருவாயின.

நூற்றுக்கணக்கான முகங்களுக்கிடையில் - சஞ்சீவ், ஸ்ரீநாத், ராம்குமார் ஆகியோர் எப்போதும் அவருக்கு அருகில் நின்றனர்.

அவரது இன்ப துன்பங்களில் நிழலென உடன் நின்ற அந்த நண்பர்கள், இன்றும் அவரது பல தனிப்பட்ட நிகழ்வுகளில் அமைதியாகப் பின்னால் நிற்பதை நாம் பார்க்க முடிகிறது.

அதன் பிறகு, அவரது வாழ்க்கையில் இன்னொரு முக்கியமான திருப்பம் வந்தது.

அது சினிமா மேடையில் நிகழவில்லை. வாழ்க்கையின் இயல்பான ஓட்டத்தில் வந்தது.

அது 1996-ஆம் ஆண்டு, 'பூவே உனக்காக' திரைப்படத்தின் மாபெரும் வெற்றிக்குப்பின், இங்கிலாந்திலிருந்து சங்கீதா சொர்ணலிங்கம் என்ற இளம்பெண் விஜய் அவர்களைச் சந்திக்க வந்தார்.

அவர் வெறும் கையெழுத்து (ஆட்டோகிராஃப்) வாங்குவதற்காக மட்டும் வரவில்லை; 'பூவே உனக்காக' திரைப்படத்தில் தன் நடிப்பால் தன்னைக் கவர்ந்த அந்த நாயகனை நேரில் பாராட்டுவதற்காக வந்திருந்தார்.

ஆகஸ்ட் 25, 1999 அன்று தொடங்கிய அவர்களது திருமண பந்தம், அவரது வாழ்விற்குப் புதியதொரு நிலைத்தன்மையையும் பேரமைதியையும் தந்தது. அதுவே திரைக்குப் பின்னால் அவரை எப்போதுமே தாங்கிப் பிடிக்கும் ஒரு நிழல் அரணாகவும் மாறியது.

8

அங்கீகாரத்தின் தொடக்கம்

90-களின் நடுப்பகுதி வரை அவரது திரைப் பயணம் இன்னும் ஒரு நிச்சயமற்ற காலமாகவே இருந்தது. அப்போது மக்களுக்கு தெரிந்த முகமாக மாறி, மெதுவாக கவனிக்கப்படத் தொடங்கிய ஒருவராக, திரையில் தனது இருப்பை வளர்த்துக்கொண்டிருந்தார்.

ஆனால், ஒரு சராசரி குடும்பத்தின் உணர்வுப்பூர்வமான இதயத்திற்குள் அவர் இன்னும் நுழைந்திருக்கவில்லை.

அந்நிலையில்தான், 1996-ஆம் ஆண்டு வெளியான 'பூவே உனக்காக' திரைப்படம் அவரது திரைப்பயணத்தை முற்றிலும் மாற்றியமைத்தது.

முதன்முறையாக மக்கள் அவரை ஒரு சாதாரண நாயகராக மட்டும் பார்க்கவில்லை; உணர்வுகளை அமைதியாகவும் இயல்பாகவும் சுமக்கக்கூடிய ஒரு பக்கத்து வீட்டு இளைஞராகப் பார்த்தார்கள்.

ஒரு காலத்தில் தனது தோற்றத்திற்காக கேலி செய்யப்பட்ட அதே இளைஞரைப் பற்றி, சினிமா விவாதங்களே அதிகம் நடக்காத வீடுகளிலும் பேச்சுகள் எழுந்தன.

அந்த மாற்றம் மிகவும் அமைதியாக நடந்தாலும், அதன் தாக்கம் ஆழமானதாக இருந்தது.

அதன்பிறகு, 1990-களின் இறுதியில் வெளியான அடுத்தடுத்த திரைப்படங்களின் மூலமாக, அவர் திரையரங்குகளின் எல்லையைத் தாண்டி நேராக மக்களின் இதயங்களுக்குள் குடியேறினார்.

ஆரம்பத்தில் அவர் மீது வைக்கப்பட்ட விமர்சனங்கள் முழுமையாக மறைந்துவிடவில்லை என்றாலும், தமிழ்நாட்டுக் குடும்பங்கள் அவரை மெல்ல மெல்லத் தங்கள் வீட்டுப் பிள்ளையாகவே ஏற்றுக்கொண்டன.

அவர் நடித்த திரைப்படங்களின் பாடல்கள் எட்டுத் திசைகளிலும் ஒலிக்கத் தொடங்கின.

அந்த தருணத்தில் ஒரு புதிய ரசிகர் வட்டம் உருவாகத் தொடங்கியது. அவர்கள் வெறும் ரசிகர்கள் மட்டுமல்ல - குடும்பங்கள்!

தாய்மார்களும் சகோதரிகளும் அவரது பெயரைத் தனிப்பாசத்தோடு அழைக்கத் தொடங்கினர்.

மெதுவாக, ஒவ்வொரு வீட்டின் உணர்ச்சி மையத்திற்குள்ளும் அவர் நுழையத் தொடங்கினார்.

9

‘கில்லி’ அலை

90-களின் பிற்பகுதி அவருக்கு அங்கீகாரத்தை வழங்கியது என்றால், 2000-களின் தொடக்கம் அந்த அங்கீகாரத்தை ஒரு மாபெரும் சக்தியாக மாற்றியமைத்தது.

‘இளைய தளபதி’ என்ற பெயர் வெறும் அலங்காரச் சொல் மட்டுமல்ல; அது மக்கள் மனதில் ஆழமாக உருவாகிக் கொண்டிருந்த ஒரு அடையாளமாக மாறியது. காலத்தின் ஓட்டத்தில் மக்களின் எதிர்பார்ப்புகளும் மாறத் தொடங்கின.

அந்த நேரத்தில்தான், 2004-ஆம் ஆண்டு ‘கில்லி’ திரைப்படம் வெளியானது.

முதல் நாளிலிருந்தே அந்தத் திரைப்படத்தின் ஆற்றல் முற்றிலும் வேறுபட்டதாக இருந்தது.

திரையரங்குகளில் ரசிகர்கள் அந்தப் படத்தை ஒரு மாபெரும் திருவிழாவாகவே கொண்டாடினர். அதுவரை அவரைப் பற்றி எழுதப்பட்ட அத்தனை கணக்குகளும் கணிப்புகளும் தவிடுபொடியாயின.

திரையரங்கின் இருக்கைகளையும் திரையையும் தாண்டி, அந்தப் படத்தின் அலை வெளியுலகெங்கும் பெரும் அதிர்வாகப் பரவியது.

சுவரொட்டிகளில் அவரது பெயர் சுமந்து வந்த கனமும் மதிப்பும் முற்றிலும் மாறத் தொடங்கின. திசையெங்கும் அவரது வசனங்கள் எதிரொலித்தன.

அவரை விரும்பிய மக்களைத் தாண்டி, அவரைத் தங்களுடையவராகக் கொண்டாடும் ஒரு மாபெரும் ரசிகர் பட்டாளமே உருவாகத் தொடங்கியது.

'கில்லி' ஏற்படுத்திய அந்தப் பிரம்மாண்டமான அதிர்விற்குப் பிறகு, அவரது புகழ் தமிழகம் முழுவதும் கட்டுக்கடங்காத காட்டுத்தீயைப்போல பரவியது.

அதைத் தொடர்ந்து வந்த ஆண்டுகளில், ஒருசில திரைப்படங்கள் கலவையான விமர்சனங்களைப் பெற்றபோதிலும், அவரது நட்சத்திர அந்தஸ்து தொடர்ந்து விரிவடைந்துகொண்டே சென்றது.

ஒவ்வொரு படமும் அவரது அடித்தளத்தை மேலும் வலுப்படுத்தி, அவரது மக்கள் செல்வாக்கை இன்னும் ஆழமாக வேரூன்றச் செய்தது.

10

தல - தளபதி

இந்த பிரம்மாண்டமான எதிர்பார்ப்புகளுக்கு மத்தியில்தான், அனைவரும் ஆவலுடன் காத்திருந்த அவரது ஐம்பதாவது திரைப்படம் 'சுறா' வெளியானது.

தமிழ் சினிமாவில் ஒரு முன்னணி நடிகரின் 50வது படம் என்பது சாதாரண மைல்கல் அல்ல - அது ஒரு மகுட தருணம்.

ஆனால், எங்களுக்கு அது ஒரு முடிசூட்டு விழாவாக அமையவில்லை; மாறாக, பல அவமானங்களையும் ஏளனங்களையும் ஏமாற்றங்களையும் தந்த ஒரு வலியின் தருணமாக மாறியது.

உலகமே அவரிடமிருந்து மெதுவாக விலகிச் செல்வதை நாங்கள் பார்த்தோம்.

ஒரு காலத்தில் அவரைப் புகழ்ந்த அதே விமர்சகர்கள், "விஜய் அவர்களின் சகாப்தம் முடிந்துவிட்டது" என்று நீண்ட கட்டுரைகளை எழுதத் தொடங்கினர்.

முன்பைவிடக் கூர்மையான கேலிகள் அவரை நோக்கித் திரும்பின. காலம் கடந்த, ஒரே மாதிரியான கதைகளில் நடிக்கும் ஒரு வழக்கமான நடிகராக அவர் சித்தரிக்கப்பட்டார்.

ஆனால் ஒரு ரசிகனாக, அந்த வலி வெறும் மோசமான விமர்சனங்களால் மட்டுமன்றி, அன்றாட வாழ்க்கையில் நாங்கள் எதிர்கொண்ட ஏளனங்களால் இன்னும் எங்களைக் காயப்படுத்தியது.

அந்தச் சமயத்தில் இந்த மாநிலத்தின் ஒவ்வொரு வகுப்பறையும், ஒவ்வொரு அலுவலகமும், ஒவ்வொரு பொது இடமும் இரண்டு பெரும் அணிகளாகப் பிரிந்திருந்தன - "தல" மற்றும் "தளபதி".

அது ஒரு சாதாரண ரசிகர் போட்டி அல்ல; ஒரு தலைமுறையையே வரையறுத்த மோதல்!

அதில் நடுநிலையாக இருப்பது எவருக்கும் சாத்தியமில்லாத ஒன்றாகவே இருந்தது.

2010-இல் விஜய் அவர்களின் ரசிகனாக இருப்பது அத்தனை எளிதானதாக இருக்கவில்லை.

கல்லூரிகளிலும் அலுவலகங்களிலும் எங்களை நோக்கி வந்த இகழ்ச்சிகளை நாங்கள் தாங்கிக்கொள்ள வேண்டியிருந்தது; சமூக வலைதளங்களில் அவரைப் பாதுகாத்து வாதிட வேண்டியிருந்தது.

அந்த வலி சாலையின் மறுபுறத்திலிருந்து எழுந்த கர்ஜனையால் இன்னும் அதிகமானது.

நாங்கள் எங்கள் தளபதியின் 50-வது படத்தின் தோல்வியிலிருந்து மீள முயன்று கொண்டிருந்தபோது, எதிர்த்தரப்பு ஒரு மாபெரும் எழுச்சியைக் கண்டுகொண்டிருந்தது.

ஆம், அவர்களின் 'தல' நடித்த 50-ஆவது திரைப்படமான 'மங்காத்தா' வெளியானது.

எங்கள் 50-ஆவது படத்திற்காக நாங்கள் கனவு கண்டிருந்த அத்தனை பெருமைகளும் கொண்டாட்டங்களும் அங்கே நிகழ்ந்தன.

அது ஒரு சாதாரண வெற்றி அல்ல; மாநிலம் முழுவதையும் ஆட்கொண்ட ஒரு கலாச்சார வெடிப்பு! அந்த ஒப்பீடு எங்களைத் தொடர்ந்து பின்தொடரும் ஒரு நிழலாக மாறியது.

ஒவ்வொரு தெருச்சுவர்களிலும், சமூக வலைதளங்களிலும் அது எழுதப்பட்டிருந்தது - "50-வது பந்தயத்தில் தல வெற்றி; தளபதி தோல்வி!" என்று.

நாங்கள் அந்தச் சுவரொட்டிகளைக் கடந்து தலைகுனிந்து நடந்தோம்; ஏளனங்களை விழுங்கிக்கொண்டோம்; உலகம் எங்களை விட்டுவிட்டு முன்னேறிச் செல்வதை அமைதியாகக் கவனித்தோம்.

"வேறு புதிய கதாநாயகனைத் தேடிக்கொள்ளுங்கள்" என்று அவர்கள் சொன்னார்கள். ஆனால், அவர்களுக்கு விசுவாசத்தின் உண்மையான அர்த்தம் புரியவில்லை.

உண்மையான ரசிகன், தன் நாயகன் உயரத்தில் இருக்கும்போது மட்டும் அருகில் நிற்பதில்லை; அவர் வீழும் நேரத்தில்தான் இன்னும் நெருக்கமாக நிற்பான்.

அவரை அதுவரை வெறும் ஒரு சினிமா நட்சத்திரமாகப் பார்த்த நாங்கள், அன்று முதல் அவரை எங்கள் சொந்த சகோதரராக உணரத் தொடங்கினோம்.

உலகம் அவரது முடிவைப் பார்த்துக் கொண்டிருப்பதாக நினைத்தது; ஆனால், ஆட்டத்தை முழுவதுமாக மாற்றுவதற்கான சரியான தருணத்திற்காக அவர் காத்திருக்கிறார் என்பதை நாங்கள் மட்டுமே அறிந்திருந்தோம்!

11

தடைகளை வென்ற தலைவன்

அந்தத் தோல்வியின் மௌனம் நீண்ட காலம் நீடிக்கவில்லை.

திரையுலகில் நிலைத்து நிற்க ஒரே மாதிரியான பாணி போதாது; காலத்திற்கு ஏற்ப தன்னைத்தானே உருமாற்றிக்கொள்வது அவசியம் என்பதை அவர் உணர்ந்தார்.

தன்னை மட்டுமே மையமாகக் கொண்ட திரைக்கதைகளிலிருந்து விலகி, மாறுபட்ட கதைகளை அவர் தேர்ந்தெடுக்கத் தொடங்கினார்.

அந்த மாற்றம் 2011- இல் வெளியான ‘காவலன்’ திரைப்படத்தின் மூலம் அமைதியாகத் தொடங்கி, 2012- இல் வெளியான ‘நண்பன்’ படத்தின் மூலம் இன்னும் ஆழமானது.

அவற்றில் வெளிப்பட்டது வழக்கமான “மாஸ்” விஜய் அல்ல; அதீத வசனங்களின் தீவிரம் குறைந்திருந்தது.

நாயகனை செயற்கையாக உயர்த்தும் தருணங்களுக்குப் பதிலாக, மனித உணர்வுகளின் இயல்பைப் பிரதிபலிக்கும் கதாபாத்திரங்கள் வெளிப்பட்டன.

ஆனால், உண்மையான விஸ்வரூபம் இன்னும் வரவிருந்தது.

அதே ஆண்டின் இறுதியில், அவர் இயக்குநர் ஏ. ஆர். முருகதாஸ் அவர்களுடன் இணைந்து ‘துப்பாக்கி’ திரைப்படத்தில் பணியாற்றினார்.

அதில், முற்றிலும் மாறுபட்ட புத்திசாலித்தனமான இராணுவ அதிகாரியாக அவர் திரையில் தோன்றினார்.

‘துப்பாக்கி’ திரைப்படத்தின் மூலம், அவர் தமிழ் சினிமாவில் அதிகாரப்பூர்வமாக ₹100 கோடி வசூல் மைல்கல்லை முதன்முறையாகக் கடந்தார். அது வெறும் வசூல் கணக்கு மட்டுமல்ல; அது அவரது மறுபிறப்பிற்கான சான்றிதழ்!

இந்தப் படத்தின் மூலம், அதுவரை அவரை விமர்சித்தவர்களையும் தன் வசப்படுத்தி, தமிழ் சினிமாவில் தனது சிம்மாசனத்தை அவர் உறுதியாக நிறுவினார்.

அதன்பின், 2013-ஆம் ஆண்டு அவர் ‘தலைவா’ படத்தில் ஒப்பந்தமானார்.

அந்தத் தலைப்பே முந்தைய படங்களைவிட ஒருவித அரசியல் மற்றும் அதிகாரத் தோரணையைத் தந்தது. விளம்பரங்களில் இருந்த “Time to Lead” (தலைமை ஏற்கும் தருணம்) என்ற வாசகம் அந்தப் பார்வையைத் தீவிரப்படுத்தியது.

ஆனால் அந்தப் படத்தின் பயணம் எளிதாக இருக்கவில்லை.

வெளியீட்டுத் தேதி நெருங்கிய வேளையில், அந்தத் திரைப்படம் முன்னெப்போதும் இல்லாத அரசியல் மற்றும் நிர்வாகத் தடைகளைச் சந்தித்தது.

தமிழகத்தின் கவனத்தையே ஈர்த்த ஒரு நகர்வாக, அவர் ஒரு வீடியோ செய்தியை வெளியிட்டார். அதில் அன்றைய முதலமைச்சர் செல்வி ஜெ. ஜெயலலிதா அவர்களிடம், படத்தின் வெளியீட்டிற்குச் சுமூகமான அனுமதி அளிக்குமாறு வேண்டுகோள் விடுத்தார்.

வெளியுலகிற்கு அது ஒரு பின்வாங்கலாகத் தோன்றியிருக்கலாம்; விமர்சகர்களுக்கு அது அவரது வேகம் அடக்கப்பட்ட தருணமாகத் தெரிந்திருக்கலாம்.

ஆனால் கூர்ந்து கவனித்தவர்களுக்கு, அது இந்த மாநிலத்தின் அரசியல் யதார்த்தங்களை அவர் ஆழமாக உணர்ந்துகொண்டதன் வெளிப்பாடாகத் தெரிந்தது.

அவர் பொறுமையாகவும் அமைதியாகவும் அந்த இக்கட்டான சூழலைக் கடந்து, இறுதியில் அந்தத் திரைப்படம் காத்திருந்த மக்களைச் சென்றடைந்ததை உறுதிசெய்தார்.

அந்த நேரத்தில்தான் மக்கள் ஒன்றை உணரத் தொடங்கினர் - அவரின் வளர்ச்சி இனி வெறும் திரையுலக வெற்றியாக மட்டும் இல்லாமல்; அது நிலைபெற்றிருந்த அரசியல் அமைப்புகளுக்கே அச்சத்தை ஏற்படுத்தும் ஒரு மாபெரும் சக்தியாக மாறிக்கொண்டிருந்தது.

அவர் வெளியிட்ட அந்த வீடியோ செய்தி எங்களுக்கு பலவீனமாகத் தெரியவில்லை; மாறாக, ஆயிரக்கணக்கான தொழிலாளர்கள் மற்றும் அந்தப் படத்தை நம்பியிருந்த பல குடும்பங்களின் வாழ்வாதாரத்தை காப்பாற்ற அவர் எடுத்த யதார்த்தமான முடிவாகவே அது தெரிந்தது.

12

திரையில் எழுதப்பட்ட அறிக்கை

‘தலைவா’ சர்ச்சைக்குப் பிந்தைய ஆண்டுகள் அவரது திரைப்பயணத்தை முற்றிலும் தலைகீழாக மாற்றின.

அதன் பிறகு அவரது திரைப்படங்கள் வெறும் பொழுதுபோக்கு அம்சங்களாக மட்டும் சுருங்கிவிடாமல், அவை ஒவ்வொன்றும் சமூகத்திற்கான கொள்கை அறிக்கையாக மாறின.

ஒவ்வொரு கதையின் பின்னணியிலும் ஒரு சமூகக் கருத்து இருந்தது; ஓர் எதிர்ப்பு இருந்தது; மக்களுக்காகப் போராட வேண்டும் என்ற ஒரு துடிப்பு இருந்தது.

2014-ஆம் ஆண்டு, ஏ.ஆர். முருகதாஸ் அவர்களுடன் மீண்டும் இணைந்து அவர் ‘கத்தி’ திரைப்படத்தில் பணியாற்றினார்.

அதில் அவர் ஒரு கதாநாயகனாக மட்டும் தோன்றவில்லை. கிராமப்புற தமிழகத்தின் வலியையும், விவசாயிகளின் தீராத போராட்டத்தையும் வெள்ளித்திரைக்குக் கொண்டு வந்த ஒரு பிரதிநிதியாகவே தோன்றினார்.

கார்ப்பரேட் நிறுவனங்களால் நிலத்தை இழக்கும் விளிம்புநிலை விவசாயிகள், தண்ணீரைச் சுரண்டும் பெரும் முதலாளிகள்,

மெதுவாக மறைந்து கொண்டிருந்த கிராமத்து வாழ்க்கை என அத்தனையும் படம் முடிந்த பிறகும் மக்களின் மனதில் பெரும் பாரமாய் விடை தெரியாமல் தங்கியிருந்தன.

அவை மக்களுக்கும் அவருக்கும் இடையே ஒரு புதிய உணர்வுப் பாலத்தை உருவாக்கின.

அது, அவர் ஒரு நடிகர் என்பதைத் தாண்டி மக்களுக்காகத் திரையில் குரல் எழுப்பும் போராளியாக உருவெடுத்த பொற்காலம்.

இந்த மாபெரும் வளர்ச்சி 'மெர்சல்' (2017) மற்றும் 'சர்க்கார்' (2018) ஆகிய படங்களின் மூலம் இன்னும் ஆழமானது.

சுகாதாரம் மற்றும் மருத்துவத் துறையில் நடக்கும் ஊழல்களையும், தேர்தல் முறைகேடுகள் மற்றும் வாக்குரிமையின் வலிமை குறித்தும் அவரது கதாபாத்திரங்கள் நேரடியாகப் பேசத் தொடங்கின.

ஒவ்வொரு படம் வெளியானபோதும் அரசியல் அரங்கில் விவாதங்களும் கடுமையான எதிர்ப்புகளும் புயலாய்க் கிளம்பின.

'மெர்சல்' திரைப்படத்தில் இடம் பெற்ற ஜிஎஸ்டி (GST) மற்றும் இலவச மருத்துவம் தொடர்பான வசனங்கள் தேசிய அளவில் உன்னிப்பாகக் கவனிக்கப்பட்டு, சில காட்சிகளை நீக்க வேண்டும் என்ற அழுத்தங்களும் வந்தன.

ஆனால் அந்த எதிர்ப்புகள் அந்த திரைப்படங்களின் வெற்றியையோ, தாக்கத்தையோ குறைக்கவில்லை; மாறாக, அவை மக்களிடையே இன்னும் வேகமாகச் சென்றடைந்தன.

'சர்கார்' ஒரு திரைப்படமாக மட்டும் நின்றுவிடவில்லை; அது ஒட்டுமொத்த மாநிலத்திற்கும் வாக்குரிமை பற்றிய ஒரு மாபெரும் விழிப்புணர்வை ஏற்படுத்தியது.

கள்ள ஓட்டுக்கு எதிராகப் போராடும், “49P” என்ற சட்டப்பிரிவு பற்றிய விழிப்புணர்வு ஒவ்வொரு சாதாரண குடிமகனிடமும் சென்றடைந்தது.

‘மெர்சல்’ திரைப்படத்தின் “ஆளப்போறான் தமிழன்” பாடல் வெறும் ஒரு திரைப்பாடலாக மட்டும் இல்லாமல், தமிழர்களின் உலகளாவிய உணர்வாக ஒலித்தது.

தமிழர் அடையாளம், மண்ணின் பெருமை - இவற்றை அந்தப் பாடல் மீண்டும் உலகிற்கு நினைவூட்டியது.

இந்தக் காலகட்டத்தின் முடிவில் மக்கள் வெறும் ஒரு நடிகரை மட்டும் பார்த்துக் கொண்டிருக்கவில்லை; ஒரு மாபெரும் திரைப் புரட்சியாளரை பார்த்துக்கொண்டிருந்தார்கள்.

அவரது ஒவ்வொரு வசனமும், ஒவ்வொரு படமும், ஒரு புதிய சமூக சிந்தனையை மக்களின் மனதில் ஆழமாக விதைத்தது.

காலத்தின் தேவையாக, “இளைய” என்ற முன்னொட்டு மெதுவாக மறைந்து, “தளபதி” என்ற கூர்மையான, வலிமையான ஒற்றை மகுடச் சொல் மட்டுமே மக்கள் மனதில் எஞ்சியது!

13

விளம்பரமற்ற வெளிச்சம்

அரசியல் கட்சிக் கொடிகள் உயர்த்தப்படுவதற்கும் முன்பே, தமிழகத்தில் அமைதியாக ஒரு மக்கள் இயக்கம் உருவாகிக் கொண்டிருந்தது.

2009-ஆம் ஆண்டு, விஜய் அவர்கள் தனது ரசிகர் மன்றங்களை "விஜய் மக்கள் இயக்கம்" என்று முறைப்படி மாற்றியமைத்தார். அது வெறும் பெயர் மாற்றம் மட்டுமல்ல; திரைப்படங்களை கொண்டாடும் ஒரு கூட்டத்தை, இந்த மண்ணிற்குச் சேவை செய்யும் ஒரு பொதுநல அமைப்பாக அவர் மாற்றிய தருணம்.

ஊடகங்கள் அவரது திரைப்படங்களின் வசூல் கணக்குகளைப் பற்றி விவாதித்துக் கொண்டிருந்தபோது, 'விஜய் மக்கள் இயக்கம்' தமிழகத்தின் ஒவ்வொரு மாவட்டத்திலும் ஆழமான சமூகப் பணிகளில் ஈடுபட்டுக்கொண்டிருந்தது.

சமூகத்தின் மிக முக்கியமான இரு தூண்களான கல்வி மற்றும் சுகாதாரத்திற்கு அவர் முதலிடம் அளித்தார்.

மாநிலம் முழுவதும் இலவச கண் மருத்துவ முகாம்கள் நடத்தப்பட்டன;
மாபெரும் இரத்த தான முகாம்கள் அமைக்கப்பட்டன;

வசதி வாய்ப்பற்ற பகுதிகளில் ஏழை மாணவர்களுக்காக இலவச பயிற்சி மையங்கள் தொடங்கப்பட்டன.

10 மற்றும் 12-ஆம் வகுப்புப் பொதுத்தேர்வுகளில் சாதனை படைத்த மாணவ-மாணவிகளை அவர் நேரில் சந்தித்து கௌரவித்தார்; ஆயிரக்கணக்கான மாணவர்களின் உயர்கல்விக் கட்டணத்தை ஏற்று, அவர்களது எதிர்காலக் கனவுகளுக்கு அமைதியாகத் தன் தோள்கொடுத்தார்.

கொரோனா பெருந்தொற்றுக் காலத்திலும், அடுத்தடுத்து வந்த பேரிடர் காலங்களிலும் 'விஜய் மக்கள் இயக்கம்' எளிய மக்களின் வாழ்வாதாரமாக மாறியது;

மக்கள் வெளியே வர அஞ்சிய நேரத்தில், ஆக்சிஜன் சிலிண்டர்கள், மருத்துவ உபகரணங்கள், அத்தியாவசிய உணவுப் பொருட்கள் ஆகியவற்றை அவரது இயக்கத்தினர் மக்களிடம் கொண்டு சேர்த்தனர்.

ஆரோக்கியத்திற்கான பற்றாக்குறையையும் பசியின் கொடூரத்தையும் அவர் நன்கு உணர்ந்திருந்தார். அதன் வெளிப்பாடாக, தமிழ்நாட்டின் பல மாவட்டங்களில் 'தளபதி விஜய் விலையில்லா விருந்தகம்' தொடங்கப்பட்டது. தன்னை நம்பியிருக்கும் எளிய மக்கள் யாரும் பசியோடு உறங்கச் செல்லக் கூடாது என்பதே அவரது நோக்கமாக இருந்தது.

மாநிலத்தின் அடையாளத்திற்கும் உரிமைக்கும் ஒரு சோதனை என்று வந்தபோது, அவர் வெறும் நிதியுதவி செய்வதோடு நின்றுவிடாமல், அவரே களத்திற்கு வந்தார்.

2017-இல் நடந்த வரலாற்றுச் சிறப்புமிக்க ஜல்லிக்கட்டுப் போராட்டத்தின்போது, நள்ளிரவில் மெரினா கடற்கரையில் தனது முகத்தை மூடிக்கொண்டு, லட்சக்கணக்கான இளைஞர்களில் ஒருவராக அவரும் தரையில் அமர்ந்திருந்தார்.

கஜா புயல் மற்றும் சென்னை வெள்ளப் பாதிப்புகளின் போது,

பாதிக்கப்பட்ட தொலைதூரக் கிராமங்களுக்கு நிவாரணப் பொருட்களுடன் முதலில் சென்றடைந்த உதவி அமைப்புகளில் 'விஜய் மக்கள் இயக்கமும்' ஒன்று.

தூத்துக்குடி துப்பாக்கிச் சூட்டில் உயிரிழந்தவர்களின் குடும்பங்களின் துயரத்தைத் துடைக்க நள்ளிரவில் சென்று ஆறுதல் கூறியதாக இருக்கட்டும்; அல்லது தமிழ்நாட்டின் நீட் தேர்வு போராட்டத்தின் குறியீடாக மாறிய அரியலூர் அனிதாவின் இல்லத்திற்கு நேரில் சென்று ஆறுதல் கூறியதாக இருக்கட்டும் - அவர் கேமராக்களின் வெளிச்சத்தையும் ஊடகங்களின் பரபரப்பையும் முற்றிலும் தவிர்த்துவிட்டு, ஒரு சாதாரண மனிதராக அந்தப் பெருந்துயரங்களுடன் இணைந்து நின்றார்.

எளிய மக்களுக்கு இலவச சட்ட உதவி வழங்குவது முதல், பெண்கள் சுயதொழில் புரிவதற்காகத் தையல் இயந்திரங்கள் மற்றும் உபகரணங்களை வழங்குவது வரை - அவர் சமூக நீதியைத் தன் செயலில் காட்டிக் கொண்டிருந்தார்.

அரசியல் கட்சி தொடங்குவதற்கும் முன்பே, அவர் மக்களை வழிநடத்தவும் பாதுகாக்கவும் தொடங்கிவிட்டார்.

அவர் வெறும் வாக்கு வங்கியை உருவாக்கவில்லை; மாறாக, அன்பால் பிணைக்கப்பட்ட ஒரு மாபெரும் குடும்பத்தையே உருவாக்கிக் கொண்டிருந்தார்!

14

என் நெஞ்சில் குடியிருக்கும்...

அவர் அரசியல் மேடையில் நிற்பதற்கு முன்பே, மக்களின் மனதோடு பேசத் தொடங்கிவிட்டார்.

அந்தக் காலத்தில் எங்களுக்கு பெரிய அரசியல் அறிக்கைகள் எதுவும் தேவைப்படவில்லை; அதற்குப் பதிலாக அவரது 'குட்டி ஸ்டோரி'களே போதுமானதாக இருந்தன.

ஒவ்வொரு திரைப்படத்தின் இசை வெளியீட்டு விழாவும் வெறும் சினிமா நிகழ்ச்சியாக மட்டும் சுருங்கிவிடாமல், அது ஒரு தலைமுறைக்கான வாழ்வியல் வகுப்பறையாக மாறியது.

அவர் மேடையில் நின்று, "என் நெஞ்சில் குடியிருக்கும்... நண்பா, நண்பி..."

என்று அழைத்தபோது, அது வெறும் ஒரு வாழ்த்துச் சொல்லாக மட்டும் ஒலிக்கவில்லை; நாங்கள் அனைவரும் அவரது இதயத்தின் கருவறையில் வாழும் அவரது சொந்தக் குடும்ப உறுப்பினர்கள் என்பதை அவர் உணரவைத்தார்.
நம்மை வீழ்த்த நினைக்கும் இந்த உலகத்தை நாம் எப்படிப் புன்னகையோடு எதிர்கொள்ள வேண்டும் என்பதை அவர் கற்றுக்கொடுத்தார்.

ஊடகங்களும் எதிர்ப்பாளர்களும் எங்களை நிலைகுலைய வைக்க முயன்றபோதெல்லாம், "உசுப்பேத்துறவன்கிட்ட உம்முனும், கடுப்பேத்துறவன்கிட்ட கம்முனும் இருந்தா வாழ்க்கை ஜம்முனு இருக்கும்." என்ற எளிய அறிவுரையை வழங்கினார்.

ஒவ்வொரு விமர்சனத்திற்கும் நாம் பதில் சொல்ல வேண்டியதில்லை; ஒவ்வொரு தூண்டுதலுக்கும் எதிர்த்து நின்று கத்த வேண்டியதில்லை; அமைதியாக முன்னேறுவதுதான் அத்தனை பேச்சுகளுக்கும் மிகப்பெரிய பதில் என்பதை அவர் கற்றுக்கொடுத்தார்.

விமர்சகர்களையும் எதிர்ப்பாளர்களையும்,

"உங்களுடைய வெற்றியால் வெல்லுங்கள்; உங்களுடைய புன்னகையால் அமைதிப்படுத்துங்கள்" என்று அவர் அடிக்கடி கூறுவார்.

"நம்மால் எதை ஜெயிக்கவே முடியாதோ, அதை முயற்சி செய்யுங்க."

"ஒரு நதியைப் போல, நம்ம வேலை, நம்ம கடமைய மட்டும் பார்த்துட்டு ஓடிட்டே இருங்க."

"சக போட்டியாளரின் வேகம் நம்மை இன்னும் வேகமாக ஓட வைக்கும்."

"உங்களோட போட்டி, உங்களோட தான் இருக்கணும்."

எனப் பல குட்டி கதைகளின் மூலம் எங்களை ஒரு நீண்ட தூரப் பயணத்திற்குத் தயார்படுத்திக் கொண்டிருந்தார்.

அவர் எப்போதும் மகிழ்ச்சியைத் தேர்வு செய்யச் சொன்னார்; வாழ்க்கை மிகவும் குறுகியது என்பதையும், மக்கள்திரள்தான் மாற்றத்திற்கான உண்மையான உந்துசக்தி என்பதையும் மீண்டும் மீண்டும் நினைவூட்டினார்.

“உதவி செய்றதுக்கு பெரிய ஆளா இருக்கணும்னு அவசியம் இல்ல... நல்ல மனசு இருந்தா போதும். உங்களால முடிஞ்சதை நாலு பேருக்கு நல்லது பண்ணுங்க” என்ற வாழ்வியல் நெறிகளை அவர் எங்கள் மனதில் விதைத்தார்.

“நிஜத்தில் முதலமைச்சரானால், நான் முதலமைச்சராக நடிக்க மாட்டேன்” என்றும்,

“புழுக்கம் ஏற்பட்டால் மழை பெய்யுறமாறி, மிகுந்த நெருக்கடி ஏற்பட்டால் இந்த தகுதியான மனிதர்களை இந்த இயற்கை ஆட்டோமேட்டிக்கா உள்ள கொண்டு வந்து சேர்த்துரும். அங்க ஒருத்தன் கிளம்பி வருவான்... அடிபட்டு, நொந்து, நூலாகி... அவன் லீடரா மாறுவான்! அவனுக்கு கீழ நடக்கும் பாருங்க... ஒரு சர்க்கார்.. அதுதான் உண்மையான சர்க்காரா இருக்கும்!"
என்றும் நாளைய வரலாற்றை அன்றே எங்களுக்கு உணர்த்தினார்.

அவர் திரையை விட்டு முழுமையாக விலகும் அந்தத் தருணம் வந்தபோது, அவரது குரல் ஏற்கனவே கோடிக்கணக்கான மக்களின் இதயங்களில் ஆழமாய் செதுக்கப்பட்டிருந்தது.

அவர் வெறும் கதைகளை மட்டும் சொல்லவில்லை; எதிர்காலத்தை மெதுவாக எங்களுக்கு அறிமுகப்படுத்திக் கொண்டிருந்தார்.

15

தமிழக வெற்றிக் கழகம்

ரசிகர்களாக இருந்த நாங்கள் தொண்டர்களாய் மாறிய அந்தப் பரிணாம வளர்ச்சி, ஒரு மாநிலத்தின் பெருந்துயரிலிருந்தும், நிலைகுலைந்து போயிருந்த ஓர் அரசியல் சூழலிலிருந்தும்தான் பிறந்தது.

2016-இல் அப்போதைய மாண்புமிகு முதலமைச்சர் செல்வி ஜெ. ஜெயலலிதா அவர்களின் மறைவும், 2018-ல் தமிழ்நாட்டின் அரசியல் யுகங்களை வடிவமைத்த முத்தமிழறிஞர் திரு. மு. கருணாநிதி அவர்களின் மறைவும், தமிழக அரசியலில் ஒரு மாபெரும் வெற்றிடத்தை உருவாக்கியது. தமிழகத்தை நீண்ட காலமாக வழிநடத்தி வந்த இரு பெரும் ஆளுமைகள் மறைந்துவிட்டனர்.

அரை நூற்றாண்டுக் காலமாக இந்த மாநிலம் இரு பெரும் திராவிடக் கட்சிகளால் மட்டுமே ஆளப்பட்டு வந்த சூழலில், பெரும்பான்மையான மக்களின் நம்பிக்கையைப் பெற்ற ஒரு வலுவான மாற்றுச் சக்தி தமிழகத்தில் இல்லை என மக்கள் சோர்வடைந்திருந்தனர்.

இந்தச் சூழலில்தான் 'விஜய் மக்கள் இயக்கம்' என்பது ஒரு புதிய அரசியல் பேரியக்கத்திற்கான உள்கட்டமைப்பாகச் சத்தமில்லாமல் மாறிக்கொண்டிருந்தது.

தனது திரை வாழ்க்கையின் மாபெரும் உச்சத்தில் இருந்தபோதே, தன்னை உயர்த்திய மக்களின் உரிமைகளையும் நலன்களையும் பாதுகாக்கவும், தமிழக மக்களுக்கு தனது நன்றிக்கடனைத் திருப்பிச் செலுத்தவும் அவர் முடிவு செய்தார்.

ஆனால், அந்தப் பாதை மலர்களால் நிரம்பியதல்ல; மாறாக, கூர்மையான முட்களால் நிறைந்திருந்தது.

அவர் அரசியலுக்கு வரப்போகிறார் என்ற செய்தி பரவத் தொடங்கியதிலிருந்து, அரசியல் உலகம் அவரை எள்ளி நகையாட ஆரம்பித்தது.

அரசியல்வாதிகளும் விமர்சகர்களும் அவரை "அரசியல் களம் அறியாதவர்" என்றும், வெறும் "அட்டக்கத்தி" என்றும் ஏளனம் செய்தனர்.

அவரது புகழ் வெறும் சினிமாவிற்கு மட்டும்தான் என்றும், அது ஒருபோதும் வாக்குகளாக மாறாது என்றும் வாதிட்டனர்.

தேர்தல் முடிந்ததுமே மறைந்துவிடும் ஒரு "பருவக்காலப் பறவை" என்று அவருக்கு முத்திரை குத்தினர்.

சிலர் அவரை "பனையூர் பண்ணையார்" என்று சித்தரித்து, சாதாரண மக்களின் தேவைகளையும் வாழ்க்கையையும் உணர முடியாதவர் போல காட்ட முயன்றனர்.

ஆனால், அந்த விமர்சகர்கள் ஒரு விஷயத்தைப் புரிந்துகொள்ளத் தவறினர் - அவரது பலம் வெறும் புகழில் இல்லை; அது பல ஆண்டுகளாக கட்டமைக்கப்பட்ட மக்களின் உணர்வுப்பூர்வமான இணைப்பில் இருந்தது.

இது வெறும் ரசிகர் கூட்டம் அல்ல; தன் தலைவனின் வருகைக்காகக் காத்திருந்த ஒரு மாபெரும் மக்கள் படை!

திரையுலகை விட்டு அவர் விடைபெறும் நேரம் வந்தபோது, "பருவப் பறவை" என்று ஏளனம் செய்யப்பட்ட அந்த மனிதர், ஏற்கனவே கோடிக்கணக்கான தமிழர்களின் இதயங்களில் தன் கூட்டை ஆழமாகக் கட்டியிருந்தார் என்பதை அவர்கள் உணரத் தவறினர்.

2024 ஆம் ஆண்டு பிப்ரவரி 2-ஆம் தேதி, **'தமிழக வெற்றிக் கழகம்'** (தவெக) என்ற கட்சியின் அதிகாரப்பூர்வ அறிவிப்பு வெளியானது.

கடந்த ஐம்பதாண்டு கால அரசியல் மரபுகளை உடைத்து, சமூக நீதியின் வேர்களைப் பாதுகாக்கும் ஒரு மாற்றுப் பாதையை அவர் தமிழகத்தின் முன் வைத்தார்.

இனி நாங்கள் வெறும் திரையைப் பார்த்து கைதட்டும் ரசிகர்கள் அல்ல - ஒரு புதிய தமிழ்நாட்டைச் செதுக்கப் போகும் சிற்பிகள் என்ற மாபெரும் அடையாளத்தையும் பொறுப்பையும் அவர் எங்களுக்கு வழங்கினார்!

16

விக்கிரவாண்டியின் முழக்கம்

கட்சியின் அறிவிப்பு ஒரு தீப்பொறி என்றால், விக்கிரவாண்டியில் நடைபெற்ற முதல் மாநில மாநாடு அந்தத் தீப்பொறியை பெரும் காட்டுத்தீயாக மாற்றிய வரலாற்றுத் தருணம்!.

அக்டோபர் 27, 2024. அந்த நாள், இணையத்தில் மட்டுமே விவாதிக்கப்பட்டுக் கொண்டிருந்த ஒரு பேரியக்கம், நிஜக் களத்தில் அசைக்க முடியாத அரசியல் சக்தியாகத் தன்னை மாற்றிக் காட்டிய வரலாற்றுப் பெருநிகழ்வு!

அந்த மாநாட்டின் பிரம்மாண்டம், அதுவரை தமிழக அரசியல் வரலாறு கண்டிராத ஒன்றாக இருந்தது; இனி இந்தச் சக்தியை யாராலும் அலட்சியப்படுத்த முடியாது என்பதை அது உலகிற்கு வெளிப்படையாகப் பறைசாற்றியது.

விக்கிரவாண்டி அருகிலுள்ள 'வி.சாலை' என்ற சிறிய கிராமம், அன்று ஒட்டுமொத்தத் தமிழ்நாட்டின் அரசியல் கவனத்தின் மையப்புள்ளியாக மாறியது.

மாநிலத்தின் நாலாபுறமிருந்தும் லட்சக்கணக்கான மக்கள் அங்கு திரண்டனர்.

சென்னை - திருச்சி தேசிய நெடுஞ்சாலை முழுவதும் மஞ்சள் மற்றும் அடர் சிவப்பு நிறக் கொடிகளோடு, மனிதக் கடலாகக் காட்சியளித்தது.

மாநாட்டுத் திடலின் முகப்பு நுழைவாயில், தமிழகத்தின் அதிகார மையமான 'புனித ஜார்ஜ் கோட்டை'யின் வடிவத்தில் அமைக்கப்பட்டிருந்தது. அந்த இயக்கத்தின் பார்வை வெறும் தெரு அரசியலைத் தாண்டி, நேராக ஆட்சியை நோக்கி இருப்பதை அது சத்தமில்லாமல் உணர்த்தியது.

விஜய் அவர்கள் இறுதியாக மேடையில் நடந்து வந்த தருணத்தில், அந்த மைதானத்தின் உணர்வு ஒரு ரசிகர் சந்திப்பைப் போல் இல்லாமல், ஒரு மாபெரும் அரசியல் விழிப்புணர்வாக மாறியிருந்தது.

பல ஆண்டுகளாகத் தன்னை விமர்சித்தவர்களுக்கு, ஒரு அரசியல் நோக்கத்தையும் சிந்தனையையும் முன்வைத்து, தனது அனல் பறக்கும் பேச்சால் அவர் பதிலளித்தார்.

மதச்சார்பற்ற சமூக நீதி, பாலினச் சமத்துவம் மற்றும் இருமொழிக் கொள்கை ஆகியவற்றை அடிப்படைக் கோட்பாடுகளாக முன்மொழிந்த அவர், பகுத்தறிவுப் பகலவன் தந்தை பெரியார், பெருந்தலைவர் காமராஜர், அண்ணல் அம்பேத்கர், வீரமங்கை வேலு நாச்சியார் மற்றும் மக்கள் சேவகர் அஞ்சலை அம்மாள் ஆகியோரைத் தங்களது வழிகாட்டும் கொள்கைத் தலைவர்களாக அறிமுகம் செய்து, அவர்கள் காட்டிய வழியில் சமத்துவ சமுதாயத்தை உருவாக்கப் பாடுபடுவேன் என்ற உறுதிமொழி எங்கள் நரம்புகளுக்குள் பாய்ந்தது.

இந்த மாநிலத்தை நீண்டகாலமாக ஆண்டு வரும் பாரம்பரியத் திராவிட கட்சிகளின் அதிகாரக் கட்டமைப்புகளுக்கு மாற்றாக ஒரு "மூன்றாவது வழியை" அவர் தமிழக மக்களின் முன் வைத்தார்.

பல ஆண்டுகளாக அமைதியாகச் சமூகப் பணிகளில் மட்டுமே ஈடுபட்டிருந்த தொண்டர்களுக்கு, அந்த மாநாடு ஒரு புதிய அர்த்தத்தையும் வாழ்நாள் நோக்கத்தையும் கொடுத்தது.

“நடிப்பின் காலம் முடிந்துவிட்டது. செயலின் காலம் தொடங்கிவிட்டது.” என்று அவர் அறைகூவல் விடுத்தார்.

விக்கிரவாண்டியின் அந்த மாநாட்டு வெற்றி, தமிழ்நாட்டின் அரசியல் அதிகார மையங்களுக்கு ஒரு தெளிவான எச்சரிக்கைச் செய்தியை அனுப்பியது - “மூன்றாவது பாதை” என்பது இனி வெறும் முழக்கம் அல்ல; அது தமிழ் மண்ணின் நிஜமான அரசியல் சக்தியாக உருவெடுத்துவிட்டது.

அதனைத் தொடர்ந்து, தேர்தல் ஆணையம் கட்சிக்குரிய பொதுச் சின்னமாக **“விசில்”** சின்னத்தை ஒதுக்கியது.

அந்த சின்னம் வெறும் தேர்தல் அடையாளம் மட்டும் அல்ல; அது சாமானிய மனிதனின் உரிமைக் குரலாகவும், தவறுகளைத் தட்டிக்கேட்கும் எச்சரிக்கை மணியாகவும், ஒரு புதிய செழுமையான சகாப்தத்திற்கான முரசொலியாகவும் அமைந்தது.

17

எழுதப்படாத போர்

2026 தேர்தலை நோக்கி நகர்ந்த நாட்கள் சாதாரண அரசியல் பயணம் அல்ல; அது நெருப்பு வளையங்களுக்குள் நடந்த அக்னிப் பரீட்சை!

நாங்கள் அந்தப் போராட்டத்தை வெளியிலிருந்து வேடிக்கை பார்த்தவர்கள் அல்ல; அதற்குள் ஒவ்வொரு நாளும் வாழ்ந்தவர்கள்.

தமிழ்நாட்டின் அரசியல் சூழல் மெதுவாக அழுத்தம் நிறைந்த நிலைக்குள் மாறிச் சென்றது.

புதிய அரசியல் சக்தியாக விஸ்வரூபம் எடுத்திருந்த அவர் மீது ஒட்டுமொத்த மாநிலத்தின் பார்வையும் விழுந்திருந்தது.

அவருக்கு ஆதரவாக நின்ற எங்களை “தற்குறிகள்” என்று இழிவுபடுத்தி முத்திரை குத்தினர்.
எங்களைச் சுயசிந்தனை அற்ற, வெறும் உணர்ச்சிவசப்படும் கூட்டமாகச் சித்தரித்தனர்.

விமர்சனங்களைக் கேட்டுக் கேட்டுப் பழகிப்போன நாங்கள், ஒருபோதும் துவண்டுபோகாமல் அவற்றையே எங்களது கவசமாக அணிந்துகொண்டோம்.

அதேநேரத்தில், எண்ணற்ற நிர்வாக ரீதியான நெருக்கடிகளையும்,

சோதனைகளையும், தடைகளையும் அவர் களத்தில் சந்திக்க வேண்டிய நிலை ஏற்பட்டது.

கொண்டாட்டமாக இருக்க வேண்டிய அவரது இறுதி திரைப்படம் ‘ஜனநாயகன்’, சமூக அமைதியைக் கெடுக்கும் காட்சிகள் இருப்பதாகக் கூறி, தணிக்கைச் சான்றிதழ் வழங்கும் செயல்முறை இழுத்தடிக்கப்பட்டு, பின்னர் அது நீதிமன்றத்தை நோக்கிச் சென்றது.

அந்த அழுத்தங்கள் அரசியல் எல்லைகளில் மட்டும் நின்றுவிடவில்லை; அவரது தனிப்பட்ட வாழ்க்கைக்குள்ளும் நுழைந்து, குடும்ப உறவுகள் பற்றிய செய்திகள் ஊடகங்களின் முதன்மைத் தலைப்புகளாக மாறின.

“இவரா மக்களை வழி நடத்த போகிறார்?” என்ற கேள்வியையும் சிலர் எழுப்பினர்.

செப். 27, 2025. கரூர். மக்களின் பேரன்பு, ஒரு துயரமான விபத்தாக மாறிய கருப்பு நாள்!

விஜய் அவர்களின் வருகையை காண சென்ற பொதுமக்களின் எதிர்பாராத கூட்ட நெரிசலில் சிக்கி, 41 உயிர்கள் பறிபோயின. அவர்கள் வெறும் எண்ணிக்கைகள் அல்ல. எங்களின் குடும்ப உறவுகள்!

அந்தச் சம்பவம் ஒட்டுமொத்த இயக்கத்தின் மனதையே உடைத்துவிடும் அளவுக்கு ஆறாத காயமாக இருந்தது.

சிலர் அந்த துயரத்தையும் அரசியல் ஆயுதமாக மாற்ற முயன்றனர்; அவரது அரசியல் பயணம் இதோடு முடிவடைய வேண்டும் என்றும் கூறினர்.

ஆனால், களத்தில் நடந்தது வேறொன்று! அந்தத் துயரத்திற்குப் பிறகும் மக்கள் அவரிடமிருந்து விலகவில்லை. மாறாக, அவர் சென்ற இடமெல்லாம் மக்கள் கூட்டம் இன்னும் பிரம்மாண்டமாகத் திரளத் தொடங்கியது.

தூத்துக்குடியில் நடந்த தவெக-வின் பேரெழுச்சி அதற்கான மிகப்பெரிய சாட்சி!

சாலைகள் யாவும் மனிதக் கடலால் நிரம்பின. கொளுத்தும் வெயிலையும் தூரத்தையும் பொருட்படுத்தாமல் ஆயிரக்கணக்கான மக்கள் அவசரமின்றி பல மணிநேரங்கள் அவருக்காகக் காத்திருந்தனர்.

நாங்கள் சோர்வடைந்து துவண்டுபோன ஒவ்வொரு தருணத்திலும், "Confident-ஆ இருங்க… வெற்றி நிச்சயம்… வெற்றி நிச்சயம்…" என்று கூறி எங்களுக்கு மீண்டும் எழுந்து நிற்கும் தைரியத்தை அவர் அளித்தார்.

பல்வேறு திசைகளிலிருந்தும், சவால்களும் நெருக்கடிகளும் வந்தபோதும், இமயமாய் நிமிர்ந்து நின்ற ஒரு தலைவரை நாங்கள் கண்டோம்.

அவர் மேடைகளில் 'ஆட்சியில் பங்கு, அதிகாரத்தில் பங்கு' என்ற முழக்கத்தை முன்வைத்தபோது, பாரம்பரியக் கட்சிகள் அதை ஒரு விசித்திரமான அறிவிப்பாகவே பார்த்தனர்.

அவர் எப்போது தடுமாறுவார், எப்போது மற்றவர்களிடம் சமரசம் செய்துகொண்டு பின்வாங்குவார் என்று பலர் எதிர்பார்த்துக் காத்திருந்தனர்.

ஆனால், அவர் துளியும் பின்வாங்கவில்லை! அதற்குப் பதிலாக, மிக முக்கியமான கூட்டணி ஒன்றை அமைத்தார்.

தமிழகத்தின் ஒவ்வொரு இல்லத்திலும் வாழும் சாமானிய 'விஜய்'களோடு அவர் நேரடியாகச் செய்துகொண்ட இதயப்பூர்வமான கூட்டணியின் நம்பிக்கையில், 234 தொகுதிகளிலும் தனித்துப் போட்டியிட்டார்.

18

ஒரு விரல் புரட்சி

ஏப்ரல் 23, 2026.

பல ஆண்டுகளாக நாங்கள் திரையரங்குகளுக்கு வெளியே நீண்ட வரிசைகளில் நின்றிருக்கிறோம் - ஒரு புதிய படம் வெளியாகும் திருநாளுக்காக, முதல் காட்சித் திருவிழாவிற்காக, எங்கள் தளபதியைத் திரையில் பார்க்கும் உற்சாகத்திற்காக!

ஆனால், அன்று அந்தக் காலை வேளையின் வரிசைகள் முற்றிலும் வேறுபட்டிருந்தன.

அன்று எங்கள் கைகளில் திரைப்பட டிக்கெட்டுகளுக்குப் பதிலாக, இந்த மாநிலத்தின் எதிர்காலத்தைத் தீர்மானிக்கும் வாக்காளர் அடையாள அட்டைகள் இருந்தன.

அந்த நாளின் உணர்வு ஆரவாரமாக இல்லை; மாறாக, அது அமைதியாகவும் அசைக்க முடியாத பேராற்றல் கொண்ட உறுதியாகவும் இருந்தது.

எங்களையும், எங்கள் மாநிலத்தையும் வழிநடத்தப் போகும் தலைவரைத் தேர்வு செய்ய நாங்கள் அங்கு வந்திருந்தோம்.

பல மாதங்களாக எங்களை "தற்குறிகள்" என்றும், தவெக-வின் கொள்கைகளை "வெற்றுக் காகிதம்" என்றும் ஏளனம் செய்தவர்கள்,

தேர்தல் நாளில் நாங்கள் காணாமல் போய்விடுவோம் என்றே கணக்கு போட்டிருந்தார்கள்.

ஆனால், அன்று காலை வாக்குச்சாவடிகள் திறந்த கணமே, மக்கள் அலையெனத் திரண்டு வந்து வாக்களிக்கத் தொடங்கினர். அன்று மாலை, தமிழக அரசியல் வரலாற்றில் ஒரு புதிய காவியம் எழுதப்பட்டது!

தமிழ்நாடு தனது தேர்தல் வரலாற்றிலேயே இதுவரை கண்டிராத அளவுக்கு, சுமார் 85% வாக்குப்பதிவைப் பதிவு செய்தது.

மை பூசப்பட்ட விரல்களோடு வாக்குச்சாவடிகளில் இருந்து வெளியே வந்த மக்கள், அந்த நாளை வெறும் ஒரு தேர்தல் நாளாக மட்டும் பார்க்காமல், **"ஒரு விரல் புரட்சியாக"** சமூக வலைத்தளங்கள் எங்கும் பதிவிட்டுக் கொண்டாடினர்!

19

புறக்கணிக்கப்பட்ட அலை

தேர்தல் முடிந்த பிறகு, தமிழ்நாடு முழுவதும் ஒரு அமைதியற்ற காத்திருப்பு பரவத் தொடங்கியது.

அரசியல் உரையாடல்களும், தொலைக்காட்சி விவாதங்களும் முன்பைவிட இன்னும் கூர்மையடைந்தன. ‘மக்களின் இறுதி முடிவு என்னவாக இருக்கும்?’ என்ற ஒற்றைக் கேள்வி எங்கும் அதிர்வலைகளைப் பரப்பியிருந்தது.

தேர்தலுக்குப் பிந்தைய கருத்துக்கணிப்புகள் ஒவ்வொன்றாக வெளிவரத் தொடங்கின.

அந்த எண்கள் எங்களை நேராகத் தாக்கியது.

பெரும்பாலான கணிப்பு நிறுவனங்கள் ஆளும் கூட்டணிக்கே மீண்டும் வெற்றி கிடைக்கும் என்று கணித்தன; தமிழக வெற்றிக் கழகத்திற்கு மிகச் சில இடங்களை மட்டுமே ஒதுக்கின.

"திரையுலகின் கவர்ச்சி, நிஜ அரசியலில் எப்போதும் எடுபடாது" என்று அரசியல் விமர்சகர்கள் தொலைக்காட்சி விவாதங்களில் ஆணித்தரமாகக் கூறினர்.

சமூக வலைதளங்களின் சூழலும் விஷமாக மாறியது; கட்சி தலைமையையும் எங்களையும் குறிவைத்து அவதூறுகள் பரப்பப்பட்டன.

“திரையுலகிற்கே திரும்பிப் போங்க... அரசியல் உங்களுக்கான இடம் இல்லை...” என்ற ஏளன வார்த்தைகள் எங்கும் நிரம்பின.

ஒற்றை இலக்க எண்களாக காட்டப்பட்ட அந்தக் கணிப்புகளைப் பார்த்தபோது, பல ஆண்டுகளாக பார்த்துப் பார்த்துக் கட்டிய வீட்டிலிருந்து வெளியே தள்ளப்பட்ட உணர்வு எழுந்தது.

சமூக வலைதளங்களில் எங்களது தோல்வியைக் கொண்டாடுவதற்கான மீம்ஸ்கள் முன்கூட்டியே தயாராகிக் கொண்டிருந்தன.

ஆனால் ‘தற்குறிகள்’ என்று இழிவுபடுத்தப்பட்ட நாங்கள், ஜனநாயகத்தின் இறுதித் தீர்ப்பு என்பது தொலைக்காட்சி அரங்குகளாலோ அல்லது கணிப்பு மாதிரிகளாலோ எழுதப்படாது என்று நம்பிக்கையுடன் வாக்கு எண்ணிக்கை நாளுக்காக காத்து இருந்தோம்.

20

விடியலின் முதல் நடுக்கம்

இறுதியாக, அந்த நாள் வந்தது.

மே 4, 2026. திங்கட்கிழமை.

அனைவரும் ஆவலுடன் காத்திருந்த தேர்தல் முடிவுகள் வெளியாகும் நாள்.

அந்தக் காலை சாதாரணமாகத் தோன்றவில்லை.

சூரியன் உதிப்பதற்கு முன்பே வீடுகள் விழித்திருந்தன.

உலகம் முழுவதும் வாழும் தமிழர்களின் அடுக்குமாடி குடியிருப்புகளின் ஜன்னல்களில் தொலைக்காட்சி ஒளி மினுங்கிக்கொண்டிருந்தது.

டீக்கடைகள் வழக்கத்தைவிட சீக்கிரமாகவே திறந்துவிட்டன.

மக்கள் கைப்பேசிகளில் நேரடி தேர்தல் நிலவரங்களை தொடர்ந்து பார்த்துக்கொண்டே இருந்தனர்.

அரசியலைப் பெரிதாக கவனித்ததேயில்லாத அம்மாக்கள் கூட, "எண்ணிக்கை தொடங்கிவிட்டதா?" என்ற அதே கேள்வியுடன் அடிக்கடி தொலைக்காட்சியை வந்து எட்டிப்பார்த்தனர்.

சிலருக்கு, அவர் அரசியல் என்ற உலகிற்குள் நுழைய முயலும் வெறும் ஒரு நடிகர்; மற்றவர்களுக்கோ, அவர் மாற்றத்திற்கான கடைசி வாய்ப்பு.

காலை சரியாக எட்டு மணிக்கு வாக்கு எண்ணிக்கை அதிகாரப்பூர்வமாகத் தொடங்கியது.

முதலில் தபால் வாக்குகள். வாக்கு எண்ணிக்கை மையங்களிலிருந்து முதல் காட்சிகள் வெளியாகத் தொடங்கின.

தொலைக்காட்சித் தொகுப்பாளர்கள் வேகமாக பேசத் தொடங்கினர். ஒவ்வொரு வீட்டிலும் இருந்த அதே பதற்றம் அவர்களுடைய குரலிலும் ஒலித்தது.

பிறகு முதல் முன்னிலை நிலவரங்கள் திரையில் தோன்றின:

திமுக கூட்டணி - 12
அதிமுக கூட்டணி - 6
தவெக - 0

தவெக ஆதரவாளர்களான எங்கள் இதயங்களில் கனமான அமைதி பரவியது.

“இப்போதான் எண்ணிக்கை ஆரம்பிச்சிருக்கு... இனிமேல்தான் ஏறும்...”
என்று ஒரு பிரார்த்தனை போல மெதுவாக எங்களுக்குள் சொல்லிக்கொண்டோம்.

காலை 8:30 மணிக்குள், எண்கள் மிக வேகமாக மாறத் தொடங்கின.

திமுக கூட்டணியின் எண்ணிக்கை - 30... 31... என்று மின்னல் வேகத்தில் உயர்ந்துகொண்டே சென்றது.

அதிமுக கூட்டணியும் - 18... 19... என்று பின்தங்காமல் முன்னேறிக்கொண்டிருந்தது.

ஆனால் தவெக-வின் எண்ணிக்கை தடுமாறிக் கொண்டிருந்தது.

பூஜ்யத்திலிருந்து முதல் முன்னிலை வந்தது; அந்த எண்ணிக்கை மெதுவாக, தயக்கத்துடன் நகரத் தொடங்கியது.

பல மாதங்களாகப் பொதுக்கூட்டங்களிலும் சமூக வலைதளங்களிலும் தமிழகம் முழுவதும் பேசப்பட்ட அந்த "அலை", வாக்கு எண்ணிக்கையில் எங்கும் பிரதிபலிக்கவில்லை என்பதை தொகுப்பாளர்கள் இடைவிடாமல் பகுப்பாய்வு செய்துகொண்டே இருந்தனர்.

அதைப் பார்த்த ஒவ்வொரு தவெக ஆதரவாளரின் நெஞ்சிலும் பயம் தோன்றியது. அது வெறும் தோல்வியைப் பற்றிய அச்சமல்ல; கேலிக்குரியவர்களாகிவிடுமோ என்ற பதற்றம்.

பல ஆண்டுகளாக ஒரு மாற்றத்திற்காக வைத்திருந்த நம்பிக்கை, காலை முடியும்முன்பே நகைச்சுவையாக மாறிவிடுமோ என்ற அச்சம்.

விமர்சனங்கள் ஏற்கனவே தயாராகிக் கொண்டிருப்பதையும், கேலிச் சித்திரங்கள் (மீம்கள்) உருவாகிக் கொண்டிருப்பதையும் எங்களால் உணர முடிந்தது.

ஆனாலும் நாங்கள் யாரும் திரையை விட்டு விலகாமல், நம்பிக்கையோடு பார்த்துக்கொண்டே இருந்தோம்.

ஏனெனில், எங்களுக்கு அவர் வெறும் திரைப்பட நட்சத்திரம் அல்ல; எங்களின் கடைசி நம்பிக்கை.

21

புது யுகத்தின் பிரகடனம்

காலை 9 மணியை கடந்தபோது, அந்த ஒற்றை இலக்க எண்கள் மெதுவாக உயரத் தொடங்கின.
பத்து, இருபது, முப்பது என எண்கள் உயர்ந்தன.

அதிமுக கூட்டணிக்கும் எங்களுக்கும் இடையிலிருந்த இடைவெளி குறைய ஆரம்பித்தது.

ஒன்றன்பின் ஒன்றாக, அவர்களின் எண்களை தவெக எண்கள் தாண்டத் தொடங்கியதும் தொலைக்காட்சி தொகுப்பாளர்களின் குரலும் மாறியது.

“எதிர்பாராத முன்னேற்றம்...” “நகர்ப்புறங்களில் பெரிய எழுச்சி...” “எதிர்க்கட்சியாக உருவாகும் வாய்ப்பு...” என அவர்கள் பேசத் தொடங்கினர்.

எண்கள் தொடர்ந்து நகர்ந்துகொண்டே இருந்தன.

மெதுவாக, ஆளும் திமுக கூட்டணியின் எண்களையே நாங்கள் தாண்டத் தொடங்கினோம்.

பல ஆண்டுகளாக அசைக்க முடியாத கோட்டைகளாகத் தோன்றிய இரண்டு பெரிய திராவிட அரசியல் சக்திகள், சரித்திரத்தில் முதல் முறையாகத் தடுமாறத் தொடங்கின.

காலை முழுவதும் எங்களை நிராகரித்த செய்தி தொகுப்பாளர்கள், இப்போது:

“தென் மாவட்டங்களில் தவெக வேகமாக முன்னேறிக் கொண்டிருக்கிறது...”

“கொங்கு மண்டலத்திலிருந்து மிகப்பெரிய முன்னிலைகள் வெளிவரத் தொடங்கியுள்ளன...”

“தமிழகம் எங்கும் இது ஒரு அலையாக மாறிக்கொண்டிருக்கிறது...” என்று அதிர்ச்சியில் உறைந்து பேசினர்.

காலை 10 மணி அளவில், தவெக-வின் முன்னிலை எண்ணிக்கை 100-ஐக் கடந்தது. பல ஆண்டுகளாக நடந்த போராட்டம் ஒரு எண்ணாகத் திரையில் ஒளிர்ந்தது.

ஒரு புதிய விடியலின் வருகை எங்கள் கண்முன் தோன்றியது; எங்கள் கண்களில் கண்ணீர் தானாக நிரம்பியது. பல ஆண்டுகளாக நாங்கள் சந்தித்த அவமதிப்புகள், அலட்சியங்கள், அரசியல் தாக்குதல்கள், மனச்சோர்வுகள் என அனைத்தும் அந்த ஒரே நொடியில் சரிந்து விழுந்தன.

அது வெறும் தேர்தல் வெற்றி அல்ல; அது சாமானிய மக்களின் பேரெழுச்சி!

ஒன்றன்பின் ஒன்றாக அரசியல் ஜாம்பவான்கள் பின்னுக்குத் தள்ளப்பட்டனர்.

பதவியில் இருந்த பல அமைச்சர்கள் தங்களது தொகுதிகளில் அடுத்தடுத்துத் தோல்வியடைந்தனர்.

பிறகு வந்தது அந்த இறுதி அதிர்ச்சி. கொளத்தூர் தேர்தல் முடிவு.

தமிழக முதல்வர் மாண்புமிகு திரு. மு.க. ஸ்டாலின் அவர்கள், தனது சொந்தக் கோட்டையிலேயே தவெக வேட்பாளரிடம் தோல்வியடைந்தார்.

அந்தத் தருணத்தில் ஒன்றுமட்டும் மிகத் தெளிவாகப் புரிந்தது. இருபெரும் கட்சிகளின் கோட்டைகளில் வெறும் விரிசல் மட்டும் விழவில்லை; அவை தகர்க்கப்பட்டுவிட்டன!

தவெக தலைவர் விஜய் அவர்கள், பெரம்பூர் மற்றும் திருச்சி கிழக்கு ஆகிய இரண்டு தொகுதிகளிலும் போட்டியிட்டு, இரண்டிலும் மாபெரும் வெற்றி பெற்றார்.

தனது முதல் தேர்தலிலேயே 34.92% வாக்கு விகிதத்துடன் சுமார் 1.50 கோடி வாக்குகளைப் பெற்று, 108 இடங்களைக் கைப்பற்றி மாநிலத்தின் தனிப்பெரும் கட்சியாகத் தவெக உருவெடுத்தது.

வடசென்னையின் குறுகிய தெருக்களிலிருந்து, கன்னியாகுமரியின் கடற்கரை வரை... ஊட்டியின் பனிமூடிய மலைகள் முதல் கடலோரக் கிராமங்கள் வரை... மக்களின் விசில் சத்தம் மட்டுமே தமிழ்நாட்டின் ஒரே ஒலியாக மாறியது.

அந்தப் பெருங்கொண்டாட்டம் மாநிலத்தின் எல்லைகளுக்குள் மட்டும் நின்றுவிடாமல், உலகெங்கும் வாழ்ந்த அவருடைய மக்களைச் சென்றடைந்தது.

'விஜய்' என்ற ஒரு பெயர், ஒரு மாபெரும் வரலாறாக மாறிய தினம் அன்று!

22

ராஜ் பவனின் சதுரங்கம்

108 இடங்களின் வெற்றி, நாம் ஏறிமுடித்த ஒரு இமாலய மலைச்சிகரமாக இருந்தாலும், அதன் உச்சி இன்னும் அடர்ந்த பனியால் மூடப்பட்டே இருந்தது.

இருபது ஆண்டுகளுக்குப் பிறகு, தமிழ்நாடு ஒரு தொங்கு சட்டமன்றத்தைக் கண்டது.

ஆட்சியை அமைக்க வேண்டிய தனிப்பெரும் கட்சியாக நாம் உருவெடுத்திருந்தும், பெரும்பான்மைக்கு தேவையான எண்ணிக்கையில் இன்னும் பத்து இடங்கள் குறைவாக இருந்தன.

அதற்குப் பிறகு தொடங்கியது எங்கள் வாழ்க்கையின் மிக நீண்ட, சோதனையான வாரம்!

மே 5 முதல் மே 10 வரையிலான ஒவ்வொரு நாளும், விடியும்போது எங்களுள் ஒருவித எதிர்பார்ப்பும் பதற்றமும் நீடித்துக் கொண்டிருந்தன.

குடும்பத்தினருடன் பேசுவதற்கு முன்பே புதிய செய்திகளைத் தேடி அலைந்தோம்.

ஒவ்வொரு மணிநேரமும் புதிய தகவல்கள் வந்தன; ஒவ்வொரு தகவலும் ஒரு புதிய போராட்டமாகவே எங்களால் உணரப்பட்டது.

மாண்புமிகு ஆளுநர் திரு. ராஜேந்திர விஸ்வநாத் அர்லேக்கரின் அலுவலகம் நாட்கள் கடந்தும் அமைதியையே காத்து வந்தது.

இதற்கிடையே, சில சட்டமன்ற உறுப்பினர்களைப் புதுச்சேரி மற்றும் மாமல்லபுரம் பகுதிகளில் உள்ள விடுதிகளுக்கு அழைத்துச் சென்றதாக ஊடகங்களில் செய்திகள் கசிந்தன.

“குதிரை பேரம்” பற்றிய பேச்சுகள் காட்டுத்தீயாய் பரவின.

ஒருவேளை தமிழ்நாட்டில் குடியரசுத் தலைவர் ஆட்சி வருமோ என்ற அச்சமும் நிலவியது.

போலி ஆதரவுக் கடிதம் பற்றிய சர்ச்சை, திருப்பத்தூரில் வெறும் ஒரு வாக்கு வித்தியாசத்தில் தவெக வேட்பாளர் வென்றது தொடர்பான நீதிமன்ற வழக்கு என நம்பிக்கைக்கும் ஏமாற்றத்திற்கும் நடுவே எங்களது மனங்கள் ஊசலாடிக் கொண்டிருந்தன.

காலையில் “ஒப்பந்தம் முடிந்துவிட்டது, ஆட்சி அமையப் போகிறது” என்ற செய்தி வரும்; ஆனால் மாலைக்குள் அதை மறுக்கும் அதிகாரப்பூர்வ அறிக்கை வெளியாகி அதிர்ச்சியூட்டும்.

ஒவ்வொரு நாளும் பதவியேற்பு விழா தள்ளிப்போனபோது, மாற்றத்திற்காக வாக்களித்த ஒன்றரை கோடி மக்களின் கூட்டு விருப்பம் புறக்கணிக்கப்படுகிறதோ என்ற ஆதங்கம் எழுந்தது.

நாட்கள் பதற்றத்துடன் நகர்ந்தன.

இருப்பினும், “தர்மம்தான் ஜெயிக்கும், நியாயம்தான் ஜெயிக்கும்; ஆனால் கொஞ்சம் லேட்டா ஜெயிக்கும்!” என்று அவர் என்றோ கூறிய அந்த வார்த்தைகளை நெஞ்சில் ஏந்தி, நாங்கள் நம்பிக்கையுடன் காத்திருந்தோம்.

மெதுவாக, ஒன்றன்பின் ஒன்றாகத் தவெக தலைமையிலான ஆட்சிக்கு ஆதரவுக் கடிதங்கள் வந்தன; எண்கள் ஒன்றிணையத் தொடங்கின:

காங்கிரஸ் - 5
இந்திய கம்யூனிஸ்ட் - 2
மார்க்சிஸ்ட் கம்யூனிஸ்ட் - 2
விசிக - 2
ஐயூஎம்எல் - 2

என எண்ணிக்கை இறுதியாக 120-ஐ எட்டியது.

ஆட்சியை அமைக்கத் தேவையான பெரும்பான்மை அதிகாரப்பூர்வமாக உறுதியானது!

அந்தப் பதற்றம் நிறைந்த வாரகால அரசியல் சூறாவளி இறுதியாக முடிவுக்கு வந்தது. நாங்கள் பல நாட்களாக காத்திருந்த அந்த வரலாற்றுச் செய்தி திரைகளில் ஒளிர்ந்தது:

"தமிழ்நாட்டில் புதிய ஆட்சி அமைக்க தவெக தலைவருக்கு மாண்புமிகு ஆளுநர் முறைப்படி அழைப்பு விடுத்தார்!"

எங்கள் நீண்டகாலச் சோதனை முடிவுக்கு வந்தது; தமிழ்நாட்டின் சிம்மாசனத்தில் மக்கள் நாயகன் மகுடம் சூடும் திருநாளும் வந்தது!

23

"C. ஜோசப் விஜய் எனும் நான்..."

அன்று மே 10, 2026.

சென்னை மாநகரத்தின் காலைப் பொழுது வழக்கத்தைவிட முற்றிலும் வேறுபட்டிருந்தது;

அது ஒரு புதிய காலத்தின் விடியலாக மலர்ந்திருந்தது.

அன்றைய பதவியேற்பு விழா, வெறும் ஒரு சாதாரண அரசியலமைப்பு நிகழ்வாக மட்டும் பார்க்கப்படவில்லை; அது ஒரு தலைமுறையின் வெற்றியாக மாறியிருந்தது.

சென்னை நேரு உள்விளையாட்டு அரங்கம் மக்கள் கூட்டத்தால் நிரம்பி வழிந்தது.

ஆனால், அந்த விழாவின் உண்மையான இதயம், தமிழ்நாட்டின் ஒவ்வொரு இல்லத்திற்குள்ளும் துடித்துக்கொண்டிருந்தது.

நாங்கள் அவரைப் பல வடிவங்களில் பார்த்திருந்தோம் - காதல் கதாநாயகனாக, வசூல் மன்னனாக, திரையரங்குகளில் மக்கள் கொண்டாடிய மாஸ் நாயகனாக, நடனத்தில் கோடிக்கணக்கானோரை மயக்கிய நட்சத்திரமாக!

ஆனால் அன்று, அவர் தமிழ்நாட்டின் கோடிக்கணக்கான மனிதர்களின் எதிர்காலக் கனவுகளையும் நம்பிக்கைகளையும் தன் தோள்களில் சுமந்து கம்பீரமாக நின்றார்.

அவர் விழா மேடைக்கு வந்தபோது, ஒட்டுமொத்த உலகத் தமிழர்களும் ஒரு நிமிடம் நெகிழ்ச்சியில் ஸ்தம்பித்து போயினர்!

நீண்ட காலமாகப் பாரம்பரிய வெள்ளை வேட்டி-சட்டையோடு மட்டுமே பழகிப்போயிருந்த தமிழக அரசியல் கலாச்சாரத்தில், அவரது கச்சிதமான கறுப்புக் கோட்-சூட் தோற்றம் உலகத் தலைவர்களை நினைவூட்டும் வகையில் தனித்துவமாகத் தெரிந்தது.

திரையில் “மாண்புமிகு மாணவன்” என்று கொண்டாடப்பட்ட மனிதர், இப்போது “மாண்புமிகு முதலமைச்சர்” ஆக தமிழ் மக்களின் முன்னால் நின்றிருந்தார்.

உலகம் முழுவதும் இருந்த அவரது ஆதரவாளர்கள் தொலைக்காட்சித் திரைகளுக்கும் கைப்பேசிகளுக்கும் முன் ஆர்வத்துடன் அமர்ந்திருந்தனர்.

இறுதியாக, மாண்புமிகு ஆளுநர் அவர்கள் மேடைக்கு வந்து, முறைப்படி அவரைப் பதவியேற்க வருமாறு அவரது பெயரை அழைத்தபோது, ஒட்டுமொத்த அரங்கமே அதிர்ந்தது!

விசில் சத்தங்கள் காற்றைக் கிழித்துக்கொண்டு செல்ல, அவர் மெதுவாக பிரகடன மேடையின் முன் வந்து நின்றார். அவரது கையில் இருந்த பதவிப்பிரமாணத் தாளை ஒரு கணம் பார்த்தார்.

பிறகு, மெதுவாகத் தன் தலையை உயர்த்தினார்.

சினிமாவிலும்...
அரசியலிலும்...
எண்ணற்ற சோதனைகளிலும்...

பல ஆண்டுகளாக அவரை மனதில் சுமந்துகொண்டிருந்த கோடிக்கணக்கான மக்களை நோக்கி அவர் தன் பார்வையைச் செலுத்தினார்.

தமிழ்நாட்டின் அரசியல் வரலாற்றின் மிக உன்னதமான, நாம் அத்தனை பேரும் இத்தனை காலமாய் கனவு கண்ட, போராடிய, அந்த வரலாற்றுச் சிறப்புமிக்க முதல் வாக்கியத்தை அவர் தன் கம்பீரக் குரலில் இறுதியாக உச்சரித்தார்:

"C. ஜோசப் விஜய் எனும் நான்..."

ஒரு தலைமுறையின் வாழ்த்து

எங்கள் மாண்புமிகு தமிழக முதலமைச்சர் அவர்களுக்கு,

ஒரு தலைமுறையின் பேராற்றல் மிக்க கனவாக இருந்த உங்களுடைய பயணம், இன்று தமிழ்நாட்டின் வரலாறாக மாறியுள்ளது. திரையில் உங்களைப் பார்த்து வியந்து வளர்ந்த கோடிக்கணக்கான மக்கள், இன்று உங்களை மாநிலத்தின் தலைவராகப் பார்க்கும் அந்த உன்னதமான தருணத்தை நெகிழ்ச்சியோடு வாழ்ந்துகொண்டிருக்கிறார்கள்.

இது வெறும் ஒரு அரசியல் வெற்றியல்ல. பல ஆண்டுகளாகத் தமிழ் மக்கள் மனதில் அமைதியாக வளர்ந்த நம்பிக்கையின் வெற்றி. விமர்சனங்களையும், தடைகளையும் தாண்டி நீங்கள் நடந்த பாதை, சாதாரண அரசியல் பயணமல்ல. அது சாமானிய மக்களின் மனதைப் புரிந்துகொள்ள முயன்ற ஒரு மாமனிதரின் நீண்ட பயணம். “ரசிகன்” என்ற உணர்வை, “தொண்டன்” என்ற பொறுப்பாக மாற்றியதற்காக, ஒரு தலைமுறை எப்போதும் உங்களை நினைவில் வைத்திருக்கும்.

"C. ஜோசப் விஜய் எனும் நான்..." என்று நீங்கள் உச்சரித்த அந்த ஒற்றை வாக்கியம் வெறும் பதவியேற்புப் பிரமாணம் அல்ல; இந்த மண்ணின் எளிய மக்களின் கனவுகள் நனவான வரலாற்றுத் தருணம். தமிழ்நாட்டின் எல்லைகளைத் தாண்டி, உலகெங்கும் வாழும் ஒட்டுமொத்தத் தமிழர்களின் இதயங்களில் ஒலித்த அந்தப் ‘பொன்னான விசில்’ சத்தம், இனி உங்களது நேர்மையான நிர்வாகத்தின் வழியே இந்த மாநிலத்தின் திசையெங்கும் ஒலிக்கட்டும். உங்களுடைய இந்தத் தூய்மையான அரசியல் பயணம், தமிழகத்தை உலக அரங்கில் முதன்மை மாநிலமாக உயர்த்த எங்களது நெஞ்சார்ந்த வாழ்த்துகள்!

இத்தனை ஆண்டு காலம் திரையிலும் நிஜத்திலும் உங்களை எப்படி எங்கள் இதயங்களில் சுமந்து நின்றோமோ, அதே பேராதரவோடும் தூய்மையான பற்றோடும் உங்களது புதிய அரசியல் பயணத்தின் ஒவ்வொரு நொடியிலும், ஒவ்வொரு சவாலிலும் உங்களோடு இறுதிவரை உறுதியாகத் துணை நிற்போம்!

"Confident-ஆ இருங்க... வெற்றி நிச்சயம்!"

என்றும் அன்புடன்,♥

உங்கள் நெஞ்சில் குடியிருக்கும் கோடியில் ஒருவன்.

www.ingramcontent.com/pod-product-compliance
Lightning Source LLC
LaVergne TN
LVHW090429210926
848480LV00002B/752
* 9 7 9 8 9 0 5 1 0 1 7 4 8 *